AF741571

டார்ஜீலிங்கில் ஓர் அபாயம்

டார்ஜீலிங்கில் ஓர் அபாயம்

சத்யஜித் ரே

தமிழில் : வீ.பா. கணேசன்

BOOKS FOR CHILDREN

DARJEELINGIL ORR ABAAYAM (In Tamil)
by Satyajit Ray
In Tamil: **V.B.Ganesan**
First Edition: November, 2013
Originally Published under the Title *Feludar Goendagiri* (Bengali) Published by: Sandesh - (1965- 66)

Published by

BOOKS FOR CHILDREN
im print of Bharathi Puthakalayam
7, Elango Salai, Teynampet, Chennai - 600 018
Email: thamizhbooks@gmail.com | www.thamizhbooks.com

டார்ஜீலிங்கில் ஓர் அபாயம்
சத்யஜித் ரே

தமிழில் : வீ.பா. கணேசன்
முதல் பதிப்பு: நவம்பர், 2013

வெளியீடு:

BOOKS FOR CHILDREN

புக்ஸ் ஃபார் சில்ரன்
பாரதி புத்தகாலயத்தின் ஓர் அங்கம்
7, இளங்கோசாலை, தேனாம்பேட்டை, சென்னை - 600 018
தொலைபேசி : 04424332424, 24332924, 24356935

விற்பனை உரிமை

பாரதி புத்தகாலயம்

7, இளங்கோ சாலை, தேனாம்பேட்டை, சென்னை - 600 018

விற்பனை மையம்

திருவல்லிக்கேணி: 48, தேரடி தெரு
வடபழனி: பேருந்து நிலையம் எதிரில் அடையார் ஆனந்தபவன் மாடியில்
பெரம்பூர்: 52, கூக்ஸ் ரோடு | **ஈரோடு:** 39, ஸ்டேட் பாங்க் சாலை
திண்டுக்கல்: 3சி18, எல்.ஜி.பி. காம்பவுண்ட் | **நாகை:** 1, ஆரியபத்திரபிள்ளை தெரு
திருப்பூர்: 447, அவினாசி சாலை | **திருவாரூர்:** 35, நேதாஜி சாலை
சேலம்: பாலம் 35. அத்வைத ஆஸ்ரமம் சாலை, | **சேலம்:** 15, வித்யாலயா சாலை
மயிலாடுதுறை: ரசாக் டவர், 1J,கச்சேரி சாலை | **மதுரை:** 37A, பெரியார் பேருந்து நிலையம்
அருப்புக்கோட்டை: 31, அகமுடையார் மகால் | **மதுரை:** சர்வோதயா மெயின்ரோடு,
குன்னூர்: N.K.N வணிகவளாகம் பெட்போர்ட் | **செங்கற்பட்டு:** 1டி., ஜி.எஸ்.டி சாலை
விழுப்புரம்: 26/1, பவானி தெரு | **சிதம்பரம்:** 22A/ 18B தேரடி கடைத் தெரு, கீழவீதி அருகில்
விருதுநகர்: 131, கச்சேரி சாலை | **கும்பகோணம்:** 352, பச்சையப்பன் தெரு
நெய்வேலி: பேருந்து நிலையம் அருகில் | **வேலூர்:** S.P. Plaza 264, பேஸ் II, சத்துவாச்சாரி
விருதாசலம்: 511A, ஆலடி ரோடு | **தஞ்சாவூர்:** காந்திஜி வணிக வளாகம் காந்திஜி சாலை
தேனி: 12,பி, மீனாட்சி அம்மாள் சந்து, இடமால் தெரு | **பழனி:** பேருந்து நிலையம்
கோவை: 77, மசக்காளிபாளையம் ரோடு, பீளமேடு | **திருவண்ணாமலை:** முத்தம்மாள் நகர்
திருச்சி: வெண்மணி இல்லம், கரூர் புறவழிச்சாலை | **திருநெல்வேலி:** 25A, ராஜேந்திரநகர்
நாகர்கோவில்: கேவ் தெரு, டோத்தி பள்ளி ஜங்ஷன்

அச்சு : சென்னை மைக்ரோ பிரிண்ட், சென்னை - 29

ஃபெலுடா கதைகள்

சத்யஜித் ரேயின் திரைப்படங்களைப் போலவே அவரது எழுத்துகளும் உலகப் புகழ்பெற்றவை. அவரது கலை மேதைமையை வெளிப்படுத்துபவை. ரேயின் பிரசித்தமான படைப்புகளில் ஒன்று ஃபெலுடா வரிசை கதைகள். இந்தத் துப்பறியும் கதைகளில் வெளிப்படும் அவருடைய எழுத்தின் வேகமும் சீற்றமும் பிரமிப்பூட்டக்கூடியது.

சிறுவயது முதல் துப்பறியும் கதைகள் மீது சத்யஜித் ரேக்கு மிகுந்த ஆர்வம் இருந்து வந்திருக்கிறது. பள்ளிக்கூட நாள்களிலேயே ஷெர்லக் ஹோம்ஸ் கதைகள் முழுவதும் படித்திருக்கிறார். ஒருவகையில் இந்த ஆர்வம்தான் வங்காள இலக்கியத்தின் ஷெர்லக் ஹோம்ஸ் என்று அழைக்கப்பட்ட, ஃபெலுடா கதாபாத்திரம் உருவாவதற்குக் காரணமாக இருந்தது.

ஃபெலுடா கதைகள் அனைத்தும் சத்யஜித் ரே நடத்திய **'சந்தேஷ்'** சிறுவர்கள் பத்திரிகையில்தான் முதலில் வெளியானது. ரேயின் அப்பா வழி தாத்தா உபேந்திர கிஷோர் ரேயினால் தொடங்கப்பட்டது **'சந்தேஷ்'** பத்திரிகை. அவரது காலத்துக்குப் பிறகு ரேயின் தந்தை சுகுமார் ரே இப்பத்திரிகையை நடத்தினார். ஆனால், பொருளாதார இழப்புகள் காரணமாகத் தொடர்ந்து நடத்த முடியாமல் இடையிலேயே நிறுத்திவிட்டார். சத்யஜித் ரே, மீண்டும் 1961ம் வருடம் **'சந்தேஷ்'** பத்திரிகையைத் தொடங்கி, தன் இறுதிக்காலம் வரைக்கும் நடத்தினார். ஃபெலுடா என்ற கதாபாத்திரத்தை உருவாக்கி, 'சந்தேஷி'ல் தொடர்ந்து துப்பறியும் கதைகள் எழுதினார்.

முதல் ஃபெலுடா கதை 'டார்ஜீலிங்கில் ஓர் அபாயம்' 1965ம் வருடம் வெளியானது. அப்பொழுது, தொடர்ந்து ஃபெலுடா கதைகள் எழுதும் திட்டம் எதுவும் ரேயிடம் இல்லை. ஆனால், 'டார்ஜீலிங்கில் ஓர் அபாயம்' கதைக்கு வங்காள வாசகர்கள்

மத்தியில் கிடைத்த உற்சாக வரவேற்பு, அவரை தொடர்ந்து எழுதத் தூண்டியது. ரே, மொத்தம் 35 ஃபெலுடா கதைகள் எழுதியுள்ளார். இதில் 34 கதைகள் அவரது ஆயுள் காலத்தில் வெளியானது. கடைசிக் கதையான 'மாய உலகின் மர்மம்' ரேயின் மறைவுக்குப் பிறகு 1995ம் வருடம் வெளிவந்தது.

துப்பறியும் நிபுணரான ஃபெலுடாவும், அவரது ஒன்றுவிட்ட சகோதரன் தபேஷும் தான் இக்கதைகளின் பிரதான பாத்திரங்கள். தபேஷ் சொல்வது போல கதைகளை எழுதியுள்ளார் ரே. 'தங்கக் கோட்டை' என்ற கதையிலிருந்து துவங்கி, வங்க மொழியில் ஜனரஞ்சகமான மர்மக்கதை எழுத்தாளராகப் புகழ்பெற்ற 'ஜடாயு' என்ற புனைபெயர் கொண்ட லால்மோகன் கங்குலி என்ற கதாபாத்திரம் இந்த இருவரோடும் இணைந்து கொள்கிறது. அவரது முக்கியமான சிறுவர் திரைப்படங்களான 'ஜொய் பாபா பெலுநாத்', 'சோனார் கெல்லா' ஆகியவை முறையே 'பிள்ளை யாருக்கு பின்னே ஒரு மர்மம்', 'தங்கக் கோட்டை' ஆகிய ஃபெலுடா கதைகளை அடிப்படையாகக் கொண்டு எடுக்கப் பட்டவைதான். ரேயின் மகன் சந்தீப் ரேயும் சில ஃபெலுடா கதைகளைத் திரைப்படமாக எடுத்துள்ளார்.

சிறுவர்களுக்காகவும் இளைஞர்களுக்காகவும்தான் ஃபெலுடா வரிசை கதைகளை சத்யஜித் ரே எழுதினார். என்றாலும், பெரியவர்களும் இக்கதைகளை விரும்பிப் படிக்கிறார்கள். வக்கிர உணர்வுகளைத் தூண்டும் துப்பறியும் கதைகளுக்கு மத்தியில், நாகரிகமான ஃபெலுடா கதைகள், துப்பறியும் கதைகளுக்கு ஓர் இலக்கிய அந்தஸ்தை வழங்குகின்றன.

ஆசிரியர்

சத்யஜித் ரே (மே 2, 1921-ஏப்ரல் 23, 1992) இருபதாம் நூற்றாண்டின் மிக முக்கியமான திரைப்பட இயக்குநர்களில் ஒருவர். ஓவியராக வாழ்க்கையைத் தொடங்கிய ரே, மொத்தம் 37 திரைப்படங்களையும், ஏராளமான ஆவணப்படங்களையும் இயக்கியிருக்கிறார். சத்யஜித் ரேயின் முதல் திரைப்படம், 'பதேர் பாஞ்சாலி' பதினொரு சர்வதேச விருதுகளைப் பெற்றது. 1992ல் ரேவிற்கு வாழ்நாள் சாதனைகளுக்கான ஆஸ்கர் விருது வழங்கப்பட்டது. ரே, ஒரு புகழ்பெற்ற எழுத்தாளரும்கூட. குழந்தைகளுக்காகவும் இளைஞர்களுக்காகவும் நிறைய எழுதியிருக்கிறார். அவரது பன்முகத் திறமையில் ஒரு சிறு பகுதி இந்த எழுத்துக்களில் பிரதிபலிக்கிறது என்றே கூறலாம்.

மொழிபெயர்ப்பாளர்

வீ. பா. கணேசன் 35 ஆண்டுகளாக மொழிபெயர்ப்புப் பணியில் ஈடுபட்டு வருபவர். ஆங்கிலம், தமிழ் இரு மொழிகளிலும் எழுதுபவர். சத்யஜித் ரேயுடன் நேரடியாகப் பழகியவர். சென்னையில் இருந்த மேற்கு வங்க தகவல் நிலையத்தில் உதவி இயக்குநராக இருந்து விருப்ப ஓய்வுபெற்று, தற்போது 'ஹிந்து' நாளிதழின் இணையதளப்பிரிவில் மூத்த உதவி ஆசிரியராகப் பணிபுரியும் கணேசன், வங்காள மொழி நன்கறிந்தவர்.

ஒரு பின்னோட்டம்

முகவை மாவட்டத்தின் சின்னஞ்சிறு கிராமங்களில் உலகப் புகழ்பெற்ற திரைப்படங்களை திரையிட்டு மாற்றுத் திரைப்பட ரசனையை உருவாக்கி வந்தவர் 'குன்னாம் குன்னாம் குர்' அமைப்பின் தலைவர் செல்வம். சிறுவர்களுக்கென புத்தக வெளியீடு என்ற அவரது தாகத்தின் ஒரு பகுதியாக சத்யஜித் ரேயின் *ஜெய் பாபா ஃபெலுநாத்* என்ற திரைப்படத்தின் மூலக் கதையை தமிழில் கொண்டு வர விரும்பி என்னை அணுகினார்.

சத்யஜித் ரே குடும்பத்துடன் எனக்கு ஏற்கனவே அறிமுகம் இருந்ததால் தமிழ் மொழிபெயர்ப்பிற்கான அனுமதி எளிதாகவே கிடைத்தது. பணி முடிந்த நேரத்திலோ அதை நூல்வடிவில் கொண்டு வரும் நிதியில்லா நிலையை செல்வம் சந்திக்க நேர்ந்தது. கிழக்கு பதிப்பகத்தின் பத்ரி சேஷாத்ரியை அணுகிய போது, ஃபெலுடா வரிசை கதைகளில் நடுவில் ஒன்றை மட்டும் வெளியிடுவதை விட அனைத்துகதைகளையும் கால வரிசையின் அடிப்படையில் சத்யஜித் ரேயின் ஆளுமையை தமிழ் வாசகர்களிடம் கொண்டு செல்வது பொருத்தமாக இருக்கும் என்று ஆலோசனை கூறினார்.

அதன்படியே ஃபெலுடா வரிசை கதைகள் அனைத்தையும் தமிழில் மொழிபெயர்க்கும் உரிமையை சத்யஜித் ரே குடும்பத்தாரிடம் பெற்று முதல் 19 நூல்களை மொழி பெயர்த்து கிழக்கு பதிப்பகத்திடம் வழங்கினேன். அதில் முதல் 9 நூல்களை மட்டுமே அவர்களால் வெளியிட முடிந்தது. 4 ஆண்டுகால மௌனத்திற்குப் பிறகு பாரதி புத்தகாலய நிர்வாகி அவரது சிறுவர் வெளியீட்டு பிரிவில் மீண்டும் முழுமையாகக் கொண்டு வரலாம் என ஆலோசனை வழங்கினார். அதன்படி இப்போது முதல் 20 நூல்கள் உங்கள் கைகளில்.

சத்யஜித் ரேயின் பன்முக ஆளுமையை தமிழுக்கு அறிமுகம் செய்ய விரும்பிய 'குன்னாம் குன்னாம்குர்' அமைப்பின் தலைவர் செல்வம், அதை முழுமையாக கொண்டு செல்ல வேண்டும் என்ற உந்துதலை உருவாக்கிய கிழக்கு பதிப்பக நிறுவனர் பத்ரி சேஷாத்ரி, அவரது உதவியாளர் மருதன், இந்த முயற்சியை மீண்டும் உயிர்ப்பித்து அடுத்த கட்டத்திற்கு முன்னேற்றியுள்ள பாரதி புத்தகாலய தோழர்கள் மற்றும் அனைவரையும் இத்தருணத்தில் நினைவு கூர்ந்து நன்றி பாராட்டுகிறேன்.

வீ. பா. கணேசன்

டார்ஜீலிங்கில் ஓர் அபாயம்

ராஜன் பாபு தினமும் கடைத்தெருவுக்கு வருவதை நான் பார்த்திருக்கிறேன். வயதான, நல்லதொரு மனிதராகவே அவர் எனக்குத் தென்பட்டார். எல்லா முடிகளும் நரைத்துப் போயிருந்தாலும் அவர் முகத்தில் உற்சாகம் பொங்கி வழிந்ததைக் காணமுடிந்தது. பொதுவாகவே அவர் பழைய நேபாள, திபெத்திய கலை கைவினைப் பொருள்களை விற்பனை செய்யும் அந்த மூலைக் கடையில் சிறிது நேரம் இருப்பார். பின்னர் கடை வீதியில் போடப்பட்டிருக்கும் பெஞ்சில் சுமார் அரைமணி நேரமாவது, அதாவது இருட்டும் வரை, அமர்ந்து செல்வதை நான் பார்த்திருக்கிறேன். அதன்பின் அவர் நேராக வீட்டுக்குச் செல்வார். அவர் எங்கே வசிக்கிறார் என்பதை அறிந்து கொள்வதற்காக, ஒரு நாள் அவர் பின்னாலேயே பூனை மாதிரி பின் தொடர்ந்தேன். வீட்டின் முன்புறக் கதவை நெருங்கியபோதுதான் அவர் என்னை நோக்கித் திரும்பி, 'யார் நீ? ஏன் என்னைப் பின் தொடர்ந்து வருகிறாய்?' என்று கேட்டார்.

'என் பெயர் தபேஷ் ரஞ்சன்' என்று அவசர அவசரமாக நான் பதில் சொன்னேன்.

'நல்லது, இந்தா மிட்டாய்' என்று என் கையில் ஓர் எலுமிச்சை மிட்டாயைத் திணித்துவிட்டு, 'இன்னொரு நாள் சாவகாசமாக என் வீட்டுக்கு வா. நான் சேர்த்து வச்சிருக்கிறதெல்லாம் காட்டுறேன்' என்றார்.

இப்படி நல்லதொரு நட்புணர்வு கொண்ட மனிதர், இந்த மாதிரி ஒரு தொல்லையில் மாட்டிக் கொள்வார் என்று

யாருக்குத் தெரியும்? மோசடி செயல் எதிலும் ஈடுபடத் தெரியாத ஒரு நபராகவே அவர் எனக்குத் தென்பட்டார்.

நான் இதைச் சொன்னபோது, ஃபெலுடா என்னைப் பார்த்து சொடக்குப் போட்டார். 'யாராவது ஒருத்தரை வெறுமனே பார்த்தாலே அவர் எந்த மாதிரி விஷயத்தில் ஈடுபடுவார் என்று உன்னால் எப்படிச் சொல்லமுடியும்?' என்று அவர் என்னைக் கேட்டார்.

இந்தக் கேள்வி எனக்கு எரிச்சலூட்டியது. 'ராஜன் பாபுவைப் பற்றி உங்களுக்கு என்ன தெரியும்?' என்று நான் கேட்டேன். 'அவர் ஒரு நல்ல மனிதர். கருணை உள்ளம் கொண்டவர். இங்கே குடிசைப் பகுதியில் வசிக்கும் ஏழை நேபாளிகளுக்கு அவர் எவ்வளவோ உதவியிருக்கிறார். அவருக்குத் துன்பம் வரக் காரணமே இல்லை. எனக்குத் தெரியும். நான் தினமும் அவரைப் பார்க்கிறேன். நீங்கள் ஒரு தடவைகூட அவரைப் பார்த்ததில்லை. நாம் டார்ஜிலிங்குக்கு வந்ததிலிருந்து நீங்கள் வெளியே போனதையே நான் பார்க்கவில்லை.'

'சரி! அப்ப முழு விவரத்தையும் சொல்லு. ஆபத்தைப் பற்றி சின்னப் பையனான உனக்கு என்ன தெரியும்?'

'இது சரியல்ல. நான் ஒன்றும் சின்னப் பையனல்ல. எனக்கு இப்போது 13 ½ வயதாகிறது. ஃபெலுடாவுக்கு இப்போது 27 வயது.'

உண்மையைச் சொல்லணும்னா ராஜன் பாபுவுக்கு ஏற்பட்டுள்ள சங்கடம் பற்றி எனக்குத் தற்செயலாகத்தான் தெரிய வந்தது. இன்று வழக்கம்போல கடைத்தெருவில் இருந்த ஒரு பெஞ்சில் அமர்ந்து, இசைக் கலைஞர்கள் எப்போது கச்சேரியைத் தொடங்குவார்கள் என்று காத்திருந்தேன். எனக்கு இடப்புறத்தில் தின்கோரி பாபு ஒரு செய்தித் தாளைப் படித்துக் கொண்டிருந்தார். டார்ஜிலிங்கில் கோடையைக் கழிப்பதற்காகச் சமீபத்தில்தான் அவர் கல்கத்தாவிலிருந்து வந்திருந்தார். ராஜன் பாபுவின் வீட்டில் இருந்த ஓர் அறையில்தான் அவர் தங்கியிருந்தார். நான் அவர் தோள் பக்கம் சாய்ந்து, விளையாட்டுப் பகுதியை நோட்டம் விட்டுக் கொண்டிருந்தேன். அப்போதுதான் ராஜன் பாபு மூச்சிரைக்க வந்து, எங்கள் பெஞ்சின் காலியான இடத்தில், தின்கோரி பாபுவின் அருகே 'பொத்' என வந்தமர்ந்தார். ஆள் ஆடிப்போயிருந்தார்.

தின்கோரி பேப்பரை மடித்து வைத்துவிட்டு, 'என்ன விஷயம்?' என்று கேட்டார்.

'மலை ஏதாவது ஏறிவிட்டு வருகிறீர்களா, என்ன? என்றார் அவர்.

ராஜன் பாபு மிகவும் ஜாக்கிரதையாக, 'இல்லை! இல்லை!' என்று மறுத்துவிட்டு, கையில் இருந்த சிறு துண்டின் ஒரு பக்கத்தால் முகத்தைத் துடைத்துக்கொண்டு, 'நம்பவே முடியாத ஒரு சம்பவம் நடந்துவிட்டது!' என்றார்.

'நம்ப முடியாத' என்ற வார்த்தைக்கான பொருள் எனக்குத் தெரியும். ஆனால் ஃபெலுடா வைப் பொறுத்தவரையில் அந்த வார்த்தைக்கு வேறு பொருள் கண்டுபிடிப்பார்.

'என்ன சொல்கிறீர்கள்?' என்று கேட்டார் தின்கோரி பாபு.

'இதோ இதைப் பாருங்கள்' என்று மடித்திருந்த ஒரு நீல நிற பேப்பரை ராஜன் பாபு அவரிடம் நீட்டினார். அது ஒரு கடிதம் என்பது எனக்குத் தெரிந்தது என்றாலும் தின்கோரி பாபு அதைப் பிரித்தபோது, நான் அதைப் படிக்க முயற்சி செய்யவில்லை. அதற்குப் பதிலாக அடித்தொண்டையில் பாடியவாறே, அந்த இரு கிழவர்களும் என்ன பேசிக் கொள்கிறார்கள் என்பது பற்றிக் கவலைப்படாதவன்போல் இருந்தேன். இருந்தாலும் தின்கோரி பாபு சொல்லியது என் காதில் விழத்தான் செய்தது.

'நீங்கள் சொன்னது சரிதான்! உண்மையிலேயே இதை நம்ப முடியவில்லை! இப்படி ஒரு மிரட்டல் கடிதத்தை யார் உங்களுக்கு எழுதியிருப்பார்கள்?'

'எனக்குத் தெரியவில்லை. அதுதான் எனக்கும் குழப்பமாக இருக்கிறது. வேண்டுமென்றே யாருக்கும் தீங்கு செய்ததாக எனக்கு நினைவில்லை. எனக்குத் தெரிந்த வரையில் எதிரிகள் என்று யாரும் எனக்கில்லை!'

தின்கோரி பாபு அவரிடம் நெருங்கி, 'பொதுஇடத்தில் இதுபற்றி நாம் பேசாமல் இருப்பது நல்லது. வீட்டுக்குப் போகலாமா?' என்று முணுமுணுத்தார்.

அவர்கள் இருவரும் அந்த இடத்தை விட்டுக் கிளம்பினார்கள்.

நான் சொல்லி முடித்தபிறகு, ஃபெலுடா சிறிது நேரம் மௌனமாக இருந்தார். பிறகு நெற்றியைச் சுருக்கியபடியே,

'இதுபற்றி நாம் விசாரிக்கவேண்டும் என்று நீ நினைக்கிறாயா?' என்று கேட்டார்.

'ஏதாவது மர்மத்தைத் தேடிக் கொண்டிருக்கிறேன் என்று நீங்கள்தானே என்னிடம் சொன்னீர்கள்? நிறைய துப்பறியும் கதைகளைப் படித்திருப்பதால், உங்களால் துப்பறியும் நிபுணர் ஆகமுடியும் என்று நீங்கள்தானே சொன்னீர்கள்?'

'ஆமாம். அது உண்மைதான். என்னால் அதை நிரூபிக்க முடியும். நான் இன்று கடைத்தெருவுக்குப் போகவில்லைதானே? ஆனால் நீ எந்தப் பக்கத்தில் உட்கார்ந்திருந்தாய் என்று என்னால் சொல்லிவிட முடியும்!'

'சரி! எந்தப் பக்கத்தில்?'

'ராதா ஓட்டலின் வலதுபுறத்தில் இருந்த பெஞ்சில்தான் நீ உட்கார்ந்திருந்தாய். அப்படித்தானே?'

'மிகவும் ஆச்சரியம்தான். எப்படி உங்களால் ஊகிக்க முடிந்தது?'

'இன்று மாலை சூரிய வெளிச்சம் இருந்தது. உனது இடது கன்னம் வெயிலால் கறுத்திருக்கிறது. ஆனால் வலது கன்னத்துக்கு ஒன்றும் ஆகவில்லை. கடைத்தெருவின் அந்தப் பக்கத்தில் நீ அமர்ந்திருந்தால்தான் அப்படி ஆகியிருக்கும். அந்த இடத்தில் அந்த நேரத்தில் கொஞ்சம் வெயில் அடிப்பது வழக்கம்!

'நம்பவே முடியவில்லை!'

'சரி, எதற்கும் நாம் ராஜன் மஜூம்தாரைப் பார்த்துவிட்டு வரலாம் என்று நினைக்கிறேன்.'

'இன்னும் 77 படிகள்தான்!'

'அப்படி இல்லையென்றால்?'

'அவ்வளவுதான் இருக்கணும் ஃபெலுடா. போன முறைகூட நான் எண்ணினேன்!'

'நல்லா ஞாபகம் வெச்சுக்கோ! நீ சொன்னது தப்பாயிருந்தா தலையில குட்டு விழும்!'

'சரி... சரி! ஆனா ஓங்கிக் குட்டக்கூடாது. பலமா குட்டினா என் மூளையே கலங்கிடலாம்!'

ஆனால் வியக்கத்தக்க வகையில் 77 படிகளுக்குப் பிறகும் ராஜன் பாபு வீட்டுக்கு இன்னும் கொஞ்ச தூரம் இருந்தது. மேலும் 23 படிகளுக்குப் பிறகுதான் அவரது வீடு வந்தது.

ஃபெலுடா என் தலையில் மெதுவாகக் குட்டிவிட்டு, 'நீ திரும்பி வரும்போதுதானே படிகளை எண்ணினே?' என்றார்.

'ஆமாம்!'

'அதனாலதான். நீ திரும்பிப் போகும்போது மலையிலிருந்து இறங்கிப் போகிறாய். முட்டாள்! தாண்டிக் குதித்துதானே இறங்கினே?'

'ஆமாம். அப்படித்தான் இருக்கும்!'

'நான் நிச்சயமா சொல்றேன். அப்படித்தான் இருக்கும். மலையிலிருந்து இறங்கிப் போகும்போது, சின்னப் பசங்க பொதுவாகப் படிகளைத் தாண்டித்தான் போவார்கள். வயசானவங்க மட்டும்தான் ஜாக்கிரதையா ஒவ்வொரு படியா இறங்கி வருவாங்க! இப்ப புரிஞ்சுதா?'

வாசல்படி வழியாக நாங்கள் உள்ளே நுழைந்தோம். ஃபெலுடா அழைப்பு மணியை அழுத்தினார். தூரத்தில் யாரோ ரேடியோ கேட்டுக் கொண்டிருந்தார்கள்.

'அவரிடம் என்ன பேசுவது என்று முடிவு செய்து விட்டீர்களா?' நான் கேட்டேன்.

'அது என் வேலை. நீ வாயை மூடிக்கொண்டிருந்தால் போதும்.'

'அவர் என்னை ஏதாவது கேட்டால் நான் பதில் ஏதும் சொல்லக் கூடாதுன்னு சொல்றீங்களா?'

'அதிகப் பிரசங்கி! வாயை மூடு!'

ஒரு நேபாளி வேலைக்காரன் கதவைத் திறந்து, 'உள்ளே வாருங்கள்' என்றான்.

நாங்கள் அந்த வரவேற்பு அறைக்குள் நுழைந்தோம். மரத்தினால் உருவாக்கப்பட்டிருந்த அந்த வீடு, பழைய

வீடுகளுக்கே உரிய கவர்ச்சியுடன் இருந்தது. அந்த அறையில் இருந்த மரச்சாமான்கள் அனைத்தும் பிரம்பினால் செய்யப்பட்டிருந்தன. சுவரில் விசித்திரமான முகமூடிகள் தொங்கிக்கொண்டிருந்தன. பெரிய பற்களைக் காட்டி, முகத்தை அஷ்டகோணலாக வைத்திருப்பதுபோல், அவை தோற்றமளித்தன. அவற்றில் சில என்னை பயமுறுத்தின. இதுபோக, அந்த அறை முழுவதும் பழங்கால போர் ஆயுதங்கள் நிறைந்திருந்தன. பழைய கேடயங்கள், போர்வாள்கள், கத்திகள் போன்றவை. இவற்றுக்கு நடுவே துணியில் வரையப்பட்ட புத்தரின் சித்திரங்கள் தொங்க விடப்பட்டிருந்தன. அவை எவ்வளவு பழையவை என்பது தெரியவில்லை என்றாலும், அவற்றை வரையப் பயன்படுத்தப் பட்ட தங்க நிறம் இன்னமும் மங்கிப் போகாமல் இருந்தது.

நாங்கள் இருவரும் பிரம்பு நாற்காலிகளில் அமர்ந்தோம். ஃபெலுடா எழுந்து சென்று சுவர்களை ஒரு முறை நோட்டம் விட்டார். அவர் மீண்டும் நாற்காலியில் அமரும்போது கூறினார்: 'ஆணிகள் எல்லாமே புதிதாக அடிக்கப்பட்டிருக்கின்றன. எனவே, ராஜன் பாபுவுக்குப் புராதன பொருள்களின் மீதான ஆர்வம் மிகச் சமீபத்தில்தான் உருவாகியிருக்க வேண்டும்.'

ராஜன் பாபு வரவேற்பறைக்குள் நுழைந்தார். ஃபெலுடா எழுந்து நின்று, 'என்னைத் தெரிகிறதா? நான் ஜய் கிருஷ்ண மித்தரின் மகன், ஃபெலு!'

முதலில் ராஜன் பாபுவுக்குத் தூக்கிவாரிப் போட்டிருக்க வேண்டும். பின்பு அவர் முகத்தில் ஒரு புன்னகை அரும்பியது. 'ஃபெலு? நிச்சயமா எனக்கு நினைவிருக்கிறது... எவ்வளவு நாளாச்சு? நீயும் பெரிய ஆளா ஆயிட்டே! வீட்ல எல்லோரும் எப்படி இருக்காங்க? உங்க அப்பாவும் இங்க வந்திருக்காரா?'

இந்தக் கேள்விகளுக்கு ஃபெலுடா பதிலளித்துக் கொண் டிருந்தபோது, என் வியப்பை மறைக்க நான் முயற்சி செய்து கொண்டிருந்தேன். எவ்வளவு பெரிய மோசடி இது?

ராஜன் பாபுவை முன்னாலேயே தெரியும் என்று ஃபெலுடா ஏன் என்னிடம் சொல்லவில்லை?

ராஜன் பாபு பல ஆண்டுகள் கல்கத்தாவில் வக்கீலாகப் பணியாற்றி இருக்கிறார். ஒரு முறை வழக்கு ஒன்றில் வாதாடி, ஃபெலுடாவின்

தந்தைக்கு உதவியிருக்கிறார். பணி ஓய்வுக்குப் பிறகு அவர் டார்ஜிலிங்குக்கு வந்து குடியேறி பத்து ஆண்டுகள் ஆகின்றன.

ஃபெலுடா, அவருக்கு என்னை அறிமுகம் செய்து வைத்தார். அவர் என்னைத் தெரிந்து கொண்ட மாதிரி தோன்றவில்லை. ஒரு வாரத்துக்கு முன்பு எனக்கு மிட்டாய் கொடுத்தது கூட அவர் நினைவில் பதியாமல் போயிருக்கலாம்.

'புராதன கலைப் பொருள்கள் என்றால் உங்களுக்கு மிகவும் பிடிக்கும்னு நினைக்கிறேன்' என்றபடியே ஃபெலுடா பேச்சைத் தொடங்கினார்.

'ஆமாம்... கிட்டத்தட்ட அதில் வெறி பிடிக்கும் அளவுக்கு ஆகிவிட்டது.'

'எவ்வளவு நாளாக?'

'கடந்த ஆறு மாத காலமாக, ஆனால் அதற்குள்ளேயே நிறைய பொருள்களை நான் சேகரித்துவிட்டேன்.'

ஃபெலுடா தொண்டையைச் செருமிக் கொண்டார். என் மூலமாகத் தெரிந்துகொண்ட விஷயத்தைப் பற்றி ராஜன் பாபுவிடம் கூறிவிட்டு, 'எனது தந்தைக்கு எப்படியெல்லாம் உதவினீர்கள் என்பது இன்னமும் என் நினைவில் உள்ளது. அதற்குக் கைமாறாக நான் உங்களுக்கு ஏதாவது செய்ய முடிந்தால்..'

ராஜன் பாபு கவலைகளிலிருந்து விடுபட்டு மகிழ்ச்சி அடைந்தவராகக் காணப்பட்டார். அவர் பதில் சொல்வதற்குள் தின்கோரி பாபு அந்த அறைக்குள் நுழைந்தார். அவர் மூச்சிரைக்க வந்ததைப் பார்க்கும்போது, மாலை நேர நடைப்பயிற்சியை முடித்துக்கொண்டு அப்போதுதான் திரும்புவதுபோல் தோன்றியது. ராஜன் பாபு அவரை அறிமுகம் செய்து வைத்தார். 'தின்கோரி பாபு, எனது நண்பர் ஞானேஷின் பக்கத்து வீட்டுக்காரர். எனது அறைகளில் ஒன்றை நான் வாடகைக்கு விடப்போகிறேன் என்று அறிந்த எனது நண்பர், அதைத் தின்கோரி பாபுவுக்குத் தரும்படி கேட்டுக் கொண்டார். இல்லையென்றால் அவர் எங்காவது ஓட்டலில் தங்கியிருந் திருப்பார்' என்றார்.

தின்கோரி பாபு சிரித்துக்கொண்டே கூறினார்: 'முதலில் நானும் தயங்கத்தான் செய்தேன். குறிப்பாக, சுருட்டுப்

பிடிப்பதில் எனக்குள்ள பலவீனம்தான் அதற்கு முதல் காரணம் என்பதை நான் ஒப்புக் கொள்ளத்தான் வேண்டும். ராஜன் பாபுவுக்கு இந்தச் சுருட்டு நெடி பிடிக்காமல்கூட இருக்கலாம். எனவேதான், முதலில் அவர் இதைத் தெரிந்து கொள்ளவேண்டு மென்று எழுதினேன். அதனால் பரவாயில்லை என்று அவர் சொன்னதால்தான் நான் இங்கே இருக்கிறேன்.'

'நீங்கள்... ஒரு மாறுதலுக்காக இங்கே வந்திருக்கிறீர்களா?'

'ஆமாம். ஆனால் எதிர்பார்த்த மாதிரி இங்கே காற்று குளுமையாகவோ புத்துணர்ச்சி அளிக்கும்படியோ இல்லை என்பதை இங்கு வந்த பிறகு உணர்ந்துகொண்டேன்.'

'உங்களுக்கு இசை என்றால் ரொம்பப் பிடிக்குமோ?' என்று திடீரென்று வினவினார் ஃபெலுடா.

'ஆமாம். அதை எப்படி ஊகித்தீர்கள்?' என்று ஆச்சரியமான புன்னகையுடன் தின்கோரி பாபு கேட்டார்.

'உங்கள் விரலைப் பார்த்தேன். அந்த ரேடியோவிலிருந்து வரும் பாட்டுக்கு ஏற்ப உங்கள் விரல்கள் கைத்தடியின் மேல் தாளம் போட்டுக் கொண்டிருந்ததைப் பார்த்தேன்' என்று விளக்கம் அளித்தார் ஃபெலுடா.

'நீங்கள் சொல்வது சரிதான்' என்று ராஜன் பாபு சிரித்துக் கொண்டே, 'அவர் ஷ்யாமாவின் சங்கீதத்தைப் பாடிக் கொண்டு இருக்கிறார்.'

ஃபெலுடா இப்போது பேச்சை மாற்றினார். 'உங்களிடம் அந்தக் கடிதம் இப்போது இருக்கிறதா?'

'நிச்சயமாக! என் இதயத்துக்கு மிக அருகில் தான் இருக் கிறது' என்று கூறியவாறு, ராஜன் பாபு தனது சட்டையின் உள் பாக்கெட்டிலிருந்து அதை எடுத்துக் கொடுத்தார். ஃபெலுடா அதைப் பிரித்தார்.

அந்தக் கடிதம் கையால் எழுதப்பட்டதல்ல. புத்தகங்கள் அல்லது செய்தித்தாள்களிலிருந்து கத்தரிக்கப்பட்ட சில வார்த்தைகள் ஒரு காகிதத்தில் ஒட்டப்பட்டிருந்தன. 'உன் பாவங்களுக்கு விலை கொடுக்கத் தயாராக இரு!' அந்த வார்த்தைகள்.

'இது தபாலிலா வந்தது?'

'ஆமாம். டார்ஜிலிங்கிலிருந்துதான் போஸ்ட் செய்திருக்கிறார்கள். அதன் மேல்கவரை நான் தூக்கியெறிந்து விட்டேன்.'

'நீங்கள் யாரையாவது சந்தேகப்படுகிறீர்களா?'

'இல்லை. என் வாழ்க்கையை எடுத்துக் கொண்டால் யாருக்கும் தீங்கு செய்ததாக எனக்கு நினைவில்லை.'

'உங்களைப் பார்க்க அடிக்கடி யாராவது வருவார்களா?'

'அதிகமாக யாரும் வரமாட்டார்கள். எனக்கு உடம்பு சரியில்லாமல் இருந்தால் டாக்டர் ஃபோனி மித்ரா வருவார்.'

'அவர் என்ன, நல்ல டாக்டரா?'

'ஓரளவு சுமார் என்றுதான் சொல்லவேண்டும். ஆனால் எனது உபாதைகள் சாதாரணமானவைதான். அதாவது வழக்கமான இருமல், ஜலதோஷம் போன்றவைதான். அதனால் நல்ல டாக்டரைத் தேடிப் போகிற அவசியம் எனக்கில்லை.'

'அதுக்கு ஃபீஸ் வாங்குவாரா?'

'நிச்சயமா! அதில் ஒண்ணும் பிரச்சனையில்லை. கடவுள் புண்ணியத்துல என்கிட்ட நிறைய பணம் இருக்கு!'

'வேற யாரெல்லாம் உங்களைப் பார்க்க வருவாங்க?'

'சமீப காலமாக மிஸ்டர் கோஷால் என் வீட்டுக்கு வரத் தொடங்கியிருக்கார். அங்கே பாருங்கள்! அவர்தான் வந்து கொண்டிருக்கிறார்.' அறைக்குள் நுழைந்த அந்த மனிதர் ஓரளவு நடுத்தர உயரமாக இருந்தார்.

'யாரோ என் பெயரைச் சொன்ன மாதிரி இருந்ததே!' என்று புன்னகை பூத்தவாறே அவர் கேட்டார்.

'ஆமாம். என்னைப் போலவே உங்களுக்கும் புராதன கலைப் பொருள்களில் ஆர்வம் இருக்கிறது என்று இவர்களிடம் இப்போதுதான் சொல்ல ஆரம்பித்தேன். முதலில் இவர்களை அறிமுகப்படுத்திவிடுகிறேன்.'

பரஸ்பரம் அறிமுகப்படுத்திக்கொண்ட பிறகு, மிஸ்டர் கோஷால் அவரது முழுப் பெயர் அபானி மோகன் கோஷால் ராஜன் பாபுவிடம் கூறினார்: 'இன்னும் நீங்கள் கடைக்கு வராததால் பார்த்துவிட்டுப் போகலாம் என்று வந்தேன்!'

'இல்லை, எனக்கு உடம்பு சரியில்லை. அதுதான் போக வேண்டாம் என்று இருந்து விட்டேன்!'

கடிதத்தைப் பற்றி மிஸ்டர் கோஷாலிடம் சொல்ல ராஜன் பாபுவுக்கு விருப்பமில்லை என்பது புரிந்தது. மிஸ்டர் கோஷால் நுழைந்த கணத்திலேயே ஃபெலுடா, அக்கடிதத்தை மறைத்து வைத்துக் கொண்டார்.

'சரி, நீங்கள் இன்று பிசியா இருக்கீங்க போலிருக்கு. இன்னொரு நாள் வர்றேன். உண்மையைச் சொல்லணும்னா அந்த திபெத்திய மணியைப் பார்க்கணும்னுதான் வந்தேன்' என்றார் மிஸ்டர் கோஷால்.

'சரி இருங்க, நான் போய் எடுத்துக்கிட்டு வர்றேன்' என்றவாறு மணியை எடுக்க உள்ளே சென்றார்.

'நீங்க டார்ஜிலிங்கிலா வசிக்கிறீர்கள்?' ஃபெலுடா, மிஸ்டர் கோஷாலைக் கேட்டார். அப்போது அவர் ஒரு கத்தியைக் கையில் எடுத்து உன்னிப்பாகக் கவனித்துக் கொண்டிருந்தார். கத்தியை சுழற்றிக் கொண்டே அவர் பதிலளித்தார். 'இல்லை. நீண்ட நாள்களுக்கு ஒரே இடத்தில் நான் தங்குவதில்லை. நான் நிறைய சுற்றுப் பயணம் செய்ய வேண்டியிருக்கும். இருந்த போதிலும் புராதன கலைப் பொருள்களை மிகவும் ஆர்வத்துடன் சேகரிக்கிறேன்.' அதாவது புராதனமான, அபூர்வமான கலைப் பொருள்களைத்தான் அவர் குறிப்பிட்டார் என்று ஃபெலுடா பின்னர் என்னிடம் விளக்கினார்.

ராஜன் பாபு மணியைக் கொண்டுவந்தார். பார்ப்பதற்கு மிகவும் அற்புதமானதாக அந்த மணி இருந்தது. அதன் அடிப்புறம் வெள்ளியாலானது. பித்தளையும் செம்பும் கலந்து செய்த கைப்பிடி. சுற்றிலும் வண்ணக் கற்கள் பதிக்கப்பட்டிருந்தது. மிஸ்டர். கோஷால், அந்த மணியை மிகவும் கவனத்துடன் நீண்ட நேரம் ஆராய்ச்சி செய்தார். பிறகு அதை ஒரு மேஜை மேல் வைத்துவிட்டுச் சொன்னார்: 'நீங்கள் நல்லதொரு பொருளைத்தான் வாங்கியிருக்கிறீர்கள். இது முற்றிலும் உண்மையான கலைப் பொருள்தான்!'

'அப்பாடா! இப்பதான் நிம்மதி. நீங்கள் இந்த விஷயத்தில் நிபுணர்தான். தலாய் லாமாவின் வீட்டிலிருந்து நேராகப்

பெறப்பட்டது என்று அந்தக் கடைக்காரன் என்னிடம் கூறினான்.'

'அது ஒருவேளை உண்மையாகக்கூட இருக்கலாம், இதை யாருக்கும் விற்க நீங்கள் தயாராக இருக்கமாட்டீர்கள் தானே? சரி, ஒருவேளை நல்ல விலை கிடைத்தால்?'

ராஜன் பாபு அமைதியான சிரிப்புடன் தலையை அசைத்து மறுத்துவிட்டுச் சொன்னார்: 'இல்லை, அந்த மணியை நான் விரும்பியதால்தான் வாங்கினேன். பணத்துக்காக அதை விற்க நான் விரும்பவில்லை.'

'நல்லது, நாளை நீங்கள் சரியாகி விடுவீர்கள் என்று நினைக் கிறேன்' என்றவாறே திரு. கோஷால் எழுந்தார்.

'நன்றி! நானும் அப்படித்தான் நினைக்கிறேன்.'

மிஸ்டர்கோஷால் சென்ற பிறகு ஃபெலுடா, ராஜன் பாபுவிடம் கூறினார்: 'அடுத்த சில நாள்களுக்கு நீங்கள் வெளியே செல்லாமல் இருப்பது நல்லதல்லவா?'

'ஆமாம்! நீங்கள் சொல்வது சரியாகக்கூட இருக்கலாம். ஆனால் இந்த மொட்டைக் கடிதத்தை ஒரு பொருட்டாக என்னால் எடுத்துக்கொள்ள முடியவில்லை. யாரோ முட்டாள் தனமாக வேடிக்கை செய்வது போல்தான் எனக்குப்படுகிறது.'

'அதுபற்றி நாம் உறுதி செய்யும்வரை நீங்கள் ஏன் வீட்டிலேயே இருக்கக்கூடாது? உங்கள் வீட்டு நேபாளி வேலைக்காரன் எவ்வளவு நாளாக இருக்கிறான்?'

'ஆரம்பத்திலிருந்தே. அவனை முழுமையாக நம்பலாம்.'

ஃபெலுடா இப்போது தின்கோரி பாபுவிடம் திரும்பினார். 'பெரும்பாலான நேரங்களில் நீங்கள் வீட்டில்தானே இருக்கி றீர்கள்?'

'ஆமாம்! ஆனால் காலையிலும் மாலையிலும் நான் நடக்கச் சென்றுவிடுவேன். அதாவது தினமும் இரண்டு மணி நேரங்கள் வெளியேதான் இருப்பேன். ஒருவேளை உண்மையிலேயே ஆபத்து வந்தாலும் தப்பிக்கும் நிலையில் நான் இல்லை. எனக்கு 64 வயதாகிறது. ராஜன் பாபுவைவிட ஒரே ஒரு வயதுதான் குறைவு!'

'தயவு செய்து தின்கோரி பாபுவை இந்த விஷயத்தில் இழுக்காதீர்கள். சிறிது ஓய்வு எடுக்கத்தான் அவர் இங்கே வந்திருக்கிறார். அனுபவிக்கட்டுமே. வீட்டில்தான் இருக்க வேண்டும் என்றால் வேலைக்காரனுடன் இருந்துவிடுகிறேன். நீங்கள் இருவரும் விரும்பினால் தினமும் இங்கு வந்து என்னைப் பார்த்துச் செல்லலாம்' என்றார் ராஜன் பாபு.

'நல்லது.' ஃபெலுடா எழுந்துகொண்டார். நானும் எழுந்தேன். நாங்கள் புறப்பட வேண்டிய நேரம் வந்துவிட்டது.

எங்களுக்கு முன்னே ஒரு கணப்பு மேடை இருந்தது. அதன் மேல் மூன்று புகைப்படங்கள் சட்டமிடப்பட்டு வைக்கப் பட்டிருந்தன. ஃபெலுடா அந்த மேடையருகில் சென்று பார்த்தார். முதல் படத்தைச் சுட்டிக்காட்டி, 'இது என் மனைவி. எங்களுக்குத் திருமணமான ஐந்து ஆண்டுகளுக்குள்ளேயே அவள் இறந்துவிட்டாள்' என்றார் ராஜன் பாபு.

இரண்டாவது படம் ஓர் இளம் பையனுடையது. அந்தப் படம் எடுக்கும்போது, அவனுக்கு என் வயதுதான் இருக்கும். உண்மையிலேயே மிக அழகாக இருந்தான். 'யார் இது?' என்று கேட்டார் ஃபெலுடா.

ராஜன் பாபு சிரிக்கத் தொடங்கினார். 'காலம் எவ்வளவு வேகமாகச் செல்கிறது என்பதைத்தான் இந்தப் படம் காட்டுகிறது. நான் சிறுவனாக இருக்கும்போது எடுக்கப்பட்ட படம் என்று கூறினால் உங்களால் நம்ப முடிகிறதா? அந்த நாள்களில் பங்குராவில் இருந்த கிறிஸ்துவப் பள்ளி ஒன்றில் நான் படித்து வந்தேன். என் தந்தை அப்பகுதியின் மேஜிஸ்திரேட் ஆக இருந்தார். இந்த அழகான முகத்தை வைத்து எதையும் நம்பி விடாதீர்கள். அழகாகத் தோற்றமளிக்கும் சிறுவன்தான். ஆனால் மிகமிகக் குறும்புக்காரன். என் ஆசிரியர்களால்கூட என்னைச் சமாளிக்க முடியவில்லை. மாணவர்களாலும்தான். எங்கள் பள்ளியில் 100 மீட்டர் ஓட்டப் பந்தயத்தில் சிறந்த ஓட்டப் பந்தயக்காரனை ஜெயிக்கக் கூடாது என்பதற்காகவே எட்டி உதைத்திருக்கிறேன் தெரியுமா?'

மூன்றாவது படத்தில் இருபது வயதைத் தாண்டிய ஓர் இளைஞர் இருந்தார். அவர்தான் ராஜன் பாபுவின் ஒரே மகனான ப்ரபீர் மஜும்தார்.

'இவர் இப்போது எங்கிருக்கிறார்?' என்று கேட்டார் ஃபெலுடா.

ராஜன் பாபு தொண்டையைக் கனைத்துக் கொண்டார். சிறிது நேர அமைதிக்குப் பிறகு 'எனக்குத் தெரியாது' என்று கூறினார். '16 ஆண்டுகளுக்கு முன்பு வீட்டை விட்டுப் போனவன்தான். அதன் பிறகு எங்களிருவர் இடையேயும் எவ்விதத் தொடர்புமில்லை.'

ஃபெலுடா வாசலை நோக்கி நடக்கத் தொடங்கினார். 'விசித்திரமானதொரு வழக்குதான் இது!' என்று முணு முணுத்துக்கொண்டார். துப்பறியும் நிபுணர்கள் பேசிக் கொள்வதைப்போலத்தான் அவரும் அப்போது நடந்துகொண்டார்.

நாங்கள் வீட்டைவிட்டு வெளியே வந்தோம். வெளியே ஏற் கெனவே இருட்டாகி இருந்தது. மலையில் படர்ந்திருந்த வீடுகள் ஒவ்வொன்றிலும் விளக்குகள் எரிந்து கொண்டிருந்தன. கீழே தெரிந்த ரங்கீத் ஆற்றுப் பள்ளத்தாக்கிலிருந்து ஒரு பனி மூட்டம் மேலே வந்து கொண்டிருந்தது. எங்களை வழியனுப்புவதற்காக ராஜன் பாபுவும் தின்கோரி பாபுவும் வாயிற் கதவு வரை வந்தார் கள். ராஜன் பாபு தனது குரலைத் தாழ்த்தியவாறு ஃபெலுடா விடம் கூறினார்: 'உண்மையைச் சொல்வதானால், எப்படியிருந்த போதிலும் நான் ஓரளவு பதற்றமாகத்தான் இருக்கிறேன். இவ்வளவு அமைதியான இடத்தில் இதுபோன்ற சம்பவம் நடப்பது எதிர்பாராதது!'

'கவலைப்படாதீர்கள். இந்த விஷயத்தின் அடிஆழம் வரை நிச்சயமாகச் செல்வேன்' என்று ஃபெலுடா உறுதிபடக் கூறினார்.

'நன்றி! மீண்டும் பார்க்கலாம்!' என்று கூறிவிட்டு ராஜன் பாபு வீட்டுக்குள் சென்று விட்டார். தின்கோரி பாபு அங் கேயே நின்றுகொண்டிருந்தார். 'உண்மையிலேயே உங்களின் கூர்ந்து கவனிக்கும் திறனைப் பார்த்து வியப்படைகிறேன். நானும்கூட நிறைய துப்பறியும் கதைகளைப் படித்திருக்கிறேன். இந்த விஷயத்தில் என்னால் உங்களுக்கு உதவி செய்யமுடியும்' என்றார் அவர்.

'உண்மையாகவா? எப்படி?'

'உங்கள் கையிலுள்ள கடிதத்தைப் பாருங்கள். அதிலுள்ள பல்வேறு எழுத்துகளையும் எடுத்துக்கொள்ளுங்கள். அதிலிருந்து உங்களால் ஏதாவது சொல்ல முடியுமா?'

ஃபெலுடா ஒரு சில நொடிகள் யோசித்தார். 'இந்த வார்த்தைகள் பிளேடினால் கத்தரிக்கப்பட்டுள்ளன. கத்தரிக்கோலினால் அல்ல.'

'நல்லது.'

'இரண்டாவதாக, ஒவ்வொரு வார்த்தையுமே வெவ்வேறு இடத்திலிருந்து எடுக்கப்பட்டுள்ளது. அச்சு வகை, காகிதத்தின் தரம் ஆகியவையும் ஒன்றிலிருந்து மற்றொன்று மாறுபடுகிறது.'

'ஆமாம். அந்த வெவ்வேறு இடம் எது என்று உங்களால் ஊகிக்க முடிகிறதா?'

“கொடுக்க', 'தயாராக' என்ற இரண்டு வார்த்தைகள் செய்தித் தாள்களிலிருந்து எடுத்த மாதிரி தெரிகிறது.'

'மிகவும் சரி! ஆனந்த பஜார் பத்திரிகை.'

'எப்படிச் சொல்கிறீர்கள்?'

'ஆனந்த பஜார் பத்திரிகைதான் இத்தகைய எழுத்து வடிவத்தைப் பயன்படுத்துகிறது. இதர வார்த்தைகள் புத்தகங்களிலிருந்து எடுக்கப் பட்டிருக்கலாம். மிகவும் பழைய புத்தகங்களிலிருந்து அல்ல. இத்தகைய எழுத்து வடிவங்கள் கடந்த இருபது வருடங்களாகத்தான் பயன்படுத்தப்பட்டு வருகின்றன. அது போக, ஒட்டப்பட்ட பசையின் மணத்திலிருந்து ஏதாவது சொல்லமுடிகிறதா?'

'இக்கடிதத்தை அனுப்பியவர் கிரிப்பெக்ஸ் பசையைப் பயன்படுத்தியிருக்கிறார் என்றே நான் நினைக்கிறேன்.'

'சபாஷ்!'

'அதையேதான் நான் உங்களுக்கும் சொல்ல வேண்டியிருக்கும்!'

தின்கோரி பாபு புன்னகைத்தார். 'நான் சற்று முயற்சி செய்தேன். அவ்வளவுதான். ஆனால் உன்னுடைய வயதில்

எனக்குத் துப்பறியும் நிபுணர் என்ற வார்த்தைக்கு அர்த்தம் தெரிந்திருக்குமா என்பதுகூட சந்தேகம்தான்.'

அதன் பிறகு, நாங்கள் அவருக்கு வணக்கம் தெரிவித்துவிட்டு, நடையைக் கட்டினோம். ஓட்டலுக்குத் திரும்பி வரும் வழியில் ஃபெலுடா கூறினார்! 'இந்த மர்மத்தின் முடிச்சை என்னால் அவிழ்க்க முடியுமா என்று எனக்குத் தெரியவில்லை. ஆனாலும் தின்கோரி பாபுவைத் தெரிந்து வைத்துக்கொண்டது, ஒரு கூடுதல் போனஸ்தான். குற்றத்தைக் கண்டுபிடிப்பதில் அவர் சிறந்தவராக இருந்தால் எல்லா வேலைகளையும் அவரையே செய்யவிடுவதுதானே? ஏன் விசாரணை செய்துகொண்டு உங்கள் நேரத்தை வீணடிக்கிறீர்கள்?'

'தின்கோரி பாபுவுக்கு அச்சுத் தொழிலைப் பற்றியும் எழுத்து வடிவங்களைப் பற்றியும் நிறையத் தெரிந்திருக்கலாம். ஆனால் அதனாலேயே அவருக்கு எல்லாம் தெரிந்திருக்கும் என்று பொருளாகிவிடாது!'

ஃபெலுடாவின் இந்த பதில் எனக்கு மகிழ்ச்சியை அளித்தது. தின்கோரி பாபு ஒன்றும் ஃபெலுடா அளவுக்குப் புத்திசாலி அல்ல என்று நான் நினைத்துக் கொண்டேன். 'யார் குற்ற வாளி என்று நீங்கள் கருதுகிறீர்கள்?' என்றேன்.

'குற்றம்..' என்று ஆரம்பித்து, ஃபெலுடா பாதியிலேயே பேச்சை நிறுத்திவிட்டார். யாரோ ஒருவரைப் பார்த்தவாறு அவர் அந்தப் பக்கம் திரும்பியதைப் பார்த்தேன். அந்த ஆள் அப்போதுதான் எதிர்த் திசையிலிருந்து வந்து எங்களைக் கடந்து சென்றிருந்தார்.

'அவரைப் பார்த்தாயா?'

'இல்லை. அவர் முகத்தை நான் பார்க்கவில்லை!'

'தெருவிளக்கிலிருந்து வந்த வெளிச்சம் ஒரு விநாடிதான் அவரது முகத்தில்பட்டது. நான் நினைச்சேன்...'

'என்ன?'

'ஒண்ணுமில்லை நாம் போகலாம் எனக்கு ரொம்பப் பசியா இருக்கு'

ஃபெலுடா எனக்கு அண்ணன் முறை வேண்டும். அவரும் நானும் என் தந்தையும் விடுமுறையைக் கழிப்பதற்காக

டார்ஜிலிங்குக்கு வந்திருக்கிறோம். அந்த ஓட்டலில் இருந்த வேறு சிலரை என் தந்தைக்கு நன்றாகத் தெரிந்திருந்தது. எனவே, பெரும்பாலான நேரத்தை அவர்களுடனேயே செலவழித்து வந்தார். நாங்கள் விரும்பிய இடங்களுக்குச் சென்று வருவதை அவர் தடுக்கவில்லை. எங்களையும் அநாவசியமான கேள்விகளைக் கேட்கவில்லை.

மறுநாள் வழக்கத்தைவிட, கொஞ்சம் தாமதமாகவே விழித் தேன். அறையில் என் தந்தை மட்டுமே இருந்தார். ஃபெலுடா இருக்கும் சுவடே தெரியவில்லை.

'ஃபெலு அதிகாலையிலேயே வெளியே சென்றுவிட்டான். கஞ்சன் ஜங்காவை ஒரு தடவை பார்த்துவிட்டு வருவதாக சொன்னான்.' என்று தந்தை கூறினார்.

அது உண்மையாக இருக்கமுடியாது என்று எனக்குத் தெரியும். ஃபெலுடா யாரையாவது விசாரணை செய்யவே வெளியே சென்றிருக்க வேண்டும். இது எனக்கு வருத்தத்தை அளித்தது. நான் இல்லாமல் அவர் வெளியே சென்றிருக்கக் கூடாது. அவசரமாக டீ குடித்துவிட்டு நானும் வெளியே கிளம்பினேன்.

டாக்ஸி ஸ்டாண்ட் அருகில் நான் ஃபெலுடாவைப் பார்த் தேன். 'இது சரியல்ல. நீங்கள் மட்டும் ஏன் தனியாக வந்தீர்கள்?' என்றேன் கோபமாக.

'எனக்கு ஒரு மாதிரி ஜுரம் வரும்போல் இருந்தது. அதான் டாக்டரைப் பார்க்கச் சென்றேன்.'

'டாக்டர் ஃபோனி மித்ராவிடமா?'

'ஆஹா.. நீயும்கூட உன் மூளையைப் பயன்படுத்தத் தொடங் கிட்டே போலிருக்கு!'

'அவர் என்ன சொன்னார்?'

'என்னிடம் நான்கு ரூபாய் வாங்கிக்கொண்டு மருந்து எழுதிக் கொடுத்தார்.'

'அவர் நல்ல டாக்டரா?'

'உடம்பு நல்லா இருக்கிற ஒருத்தருக்கு மருந்து எழுதிக் கொடுக்கிற ஒருத்தர் நல்ல டாக்டரா என்ன? அது போக அவருடைய வீடும் மிகப் பழையதாக, உருக்குலைந்து இருந்தது.

இதில் அவருக்கு நல்ல வருமானம் வர்றதா எனக்குத் தோணலை!'

'அப்படின்னா... அவர் இந்தக் கடிதத்தை எழுதியிருக்க முடியாது.'

'ஏன் முடியாது?'

'ஏழைங்க யாரும் இந்த மாதிரி வேலைகளுக்குத் துணிய மாட்டாங்க!'

'இல்லை. அவருக்குப் பணத்தேவை இருந்தது என்றால் அவரும்கூட இதைச் செய்திருக்கலாம்.'

'ஆனால், அந்தக் கடிதத்தில் பணத்தைப் பற்றி எதுவுமே எழுதலியே?'

'நேரடியா பணத்தைக் கேக்கணும்னு அவசியம் இல்லை.'

'நீங்க என்னதான் சொல்றீங்க?'

'நேற்று பார்த்ததில், ராஜன் பாபுவைப் பற்றி நீ என்ன நினைக்கிற?'

'அவர் பயந்து போயிருந்த மாதிரி எனக்குத் தோன்றியது.'

'பயம் வந்தா யாரையும் படுக்க வெச்சுடும்.'

'அப்படியா?'

'ஆமாம். அதுவும் மிகவும் மோசமா படுக்க வெச்சுடும். அப்படி நடந்துதுன்னா அவர் தன்னோட டாக்டர் கிட்டதானே போவார்? அதுக்கு அப்புறம் என்ன நடக்கும்ங்கிறத உன்னை மாதிரி முட்டாளாலகூட சுலபமாச் சொல்லிவிட முடியும்னு நான் நம்பறேன்.'

இந்த ஃபெலுடாதான் எவ்வளவு புத்திசாலி! ஃபெலுடா கூறியதுபோல், டாக்டர் மித்ரா இதைத் திட்டமிட்டிருந்தால் அவர் நிச்சயம் வஞ்சகமானவராகத்தான் இருக்க முடியும்.

இதற்குள் நாங்கள் கடைத் தெருவை அடைந்திருந்தோம். அங்கிருந்த நீரூற்றுக்கு அருகே வந்ததும் ஃபெலுடா திடீரென்று கூறினார்: 'இந்தப் புராதன கலைப் பொருள்களின் மீது எனக்குத் திடீரென ஆசை வந்துவிட்டது.'

அந்த நேபாள புராதன கலைப்பொருள் கடைக்கு மிக அருகில்தான் நாங்கள் நின்று கொண்டிருந்தோம். ராஜன் பாபுவும் மிஸ்டர் கோஷாலும் அந்தக் கடைக்குத்தான் தினமும் வருவார்கள். நானும் ஃபெலுடாவும் அந்தக் கடைக்குள் நுழைந்தோம். அந்தக் கடை முதலாளி எங்களை வரவேற்றார். இளம் சாம்பல் நிறத்தில் மேலங்கியும் கழுத்தில் சுற்றிய ஒரு மஃப்ளரும் தங்க வேலைப்பாடு செய்யப்பட்ட கறுப்புத் தொப்பி ஒன்றையும் அவர் அணிந்திருந்தார். மிகுந்த நட்போடு புன்னகை செய்தார்.

அந்தக் கடை பழைய, புராதனமான கலைப் பொருள்களால் நிரம்பி வழிந்திருந்தது. அவற்றிலிருந்து விசித்திரமானதொரு மணம் வெளிவந்து கொண்டிருந்தது. உள்ளே மிகவும் அமைதி. ஃபெலுடா அந்தப் பொருள்களை பொதுவாக ஒரு நோட்டம் விட்டுவிட்டு, கொஞ்சம் மிடுக்குடன் கேட்டார்: 'உங்களிடம் நல்ல டங்க்கா இருக்கிறதா?'

'அடுத்த அறைக்கு வாருங்கள். மிகவும் நல்ல பொருள்கள் எல்லாம் ஏற்கெனவே விற்றுவிட்டன. புதிய பொருள்கள் எந்த நேரத்திலும் வரும் என்று எதிர்பார்க்கிறோம்.'

'டங்க்கா என்றால் என்ன?' நான் கிசுகிசுத்த குரலில் கேட்டேன்.

'அதைப் பார்க்கும்போது உனக்கே புரியவரும்' என்று ஃபெலுடா அதே கிசுகிசுத்த குரலில் சொன்னார்.

அதற்கு அடுத்த அறை மேலும் சிறியதாகவும் இருட்டாகவும் இருந்தது. முதலாளி பட்டுத்துணியில் வரையப்பட்டிருந்த புத்தர் ஓவியம் ஒன்றை எடுத்து எங்களிடம் காட்டினார். 'ஓரளவு சேதமாகி இருந்தபோதிலும், இதுதான் இப்போது மிச்சமுள்ள ஒரே பொருள்' என்று அவர் கூறினார். அப்படின்னா? இதுதான் டங்க்கா போலிருக்கு! ராஜன் பாபுவின் வீட்டில் இதுபோன்ற பட்டுத்துணியிலான ஓவியங்கள் நிறையக் குவிந்துகிடந்தன.

ஃபெலுடா, ஒரு கலைப் பொருள் நிபுணரைப்போல அந்த டங்க்காவை ஆழமாக உற்றுப் பார்த்து, பல்வேறு கோணங்களில் அதைப் பரிசீலித்தார். மூன்று நிமிடங்களுக்குப் பிறகு அவர் சொன்னார். 'இது அதிகபட்சமாக 70 வருடங்களுக்கு உள்ளேதான் இருக்கும். நான் அதைவிட பழைய, குறைந்தது 300 வருடங்களாவது ஆன, டங்க்காவைத்தான் எதிர்பார்க்கிறேன்.'

'இன்று மாலை கொஞ்சம் புது சரக்கு வரவிருக்கிறது. இன்று மாலை நேரத்துக்குப் பிறகு வந்தீர்களானால் நீங்கள் தேடிக் கொண்டிருக்கும் பொருள் கிடைத்தாலும் கிடைக்கலாம்.'

'இன்று மாலை என்றா சொன்னீர்கள்?'

'ஆமாம்.'

'அப்போ நான் ராஜன் பாபுவிடம் சொல்லவேண்டும்.'

'மிஸ்டர் மஜூம்தாரா? இந்த விஷயம் பற்றி அவருக்கு ஏற்கெனவே தெரியும். புதிதாக வரவிருக்கும் பொருள்களை நோட்டம் விடுவதற்கு எனது பழைய வாடிக்கையாளர்கள் அனைவரும் வருவார்கள்.'

'மிஸ்டர் கோஷாலுக்கும் தெரியுமா?'

'நிச்சயமாக.'

'வேறு யாரெல்லாம் வழக்கமா இங்க வாங்குவாங்க?'

'இங்குள்ள தேயிலை எஸ்டேட் மேனேஜர் மிஸ்டர் கில்மோர். அவர் வாரத்துக்கு இரண்டு முறை என் கடைக்கு வருவார். அப்புறம் மிஸ்டர் நௌலகா. அவர் இப்போது சிக்கிம் போயிருக்கிறார்.'

'நல்லது. நான் மாலை வருகிறேன்.'

'தொப்ஷே! உனக்கு முகமூடி ஏதாவது வேணுமா?'

இந்த வாய்ப்பை நான் தவறவிட விரும்பவில்லை. ஃபெலுடா தானாகவே ஒன்றைத் தேர்ந்தெடுத்து அதற்கான பணத்தையும் கொடுத்தார். 'இருக்கிறதிலேயே இதுதான் படுபயங்கரமா இருக்கு!' என்று கூறிக்கொண்டே அந்த முகமூடியை என்னிடம் கொடுத்தார். 'படு பயங்கரம்' என்று ஏதும் இல்லை. உண்மையில் அது 'பெரிய' மற்றும் 'பயங்கரம்' என்ற இரு வார்த்தைகளின் கலப்புதான் என்றும் அவர் முன்பே ஒருமுறை கூறியிருக்கிறார். ஆனாலும் அந்த முகமூடிக்கு அது மிகவும் பொருத்தமான வார்த்தை என்றே எனக்குத் தோன்றியது.

நாங்கள் கடையை விட்டு வெளியே வந்தபோது, ஃபெலுடா எதையோ சொல்லத் தொடங்கி, அப்படியே நிறுத்திவிட்டார். மீண்டும் அவர் யாரோ ஒருவரை உற்றுப் பார்ப்பதை நான்

பார்த்தேன். முதல் நாள் இரவு, அவர் பார்த்த அதே ஆள்தானா இவர்? விலையுயர்ந்த உடையணிந்து, சுமார் 40 வயது மதிக்கத் தக்கவராக அவர் இருந்தார். கடைத்தெருவின் நடுவே நின்று அவர் தனது பைப்பைப் பற்ற வைத்துக்கொண்டிருந்தார். அவரது கண்களைக் கறுப்புக் கண்ணாடி மறைத்திருந்தது. ஏதோ ஒரு விதத்தில் அவரைப் பார்த்த மாதிரி எனக்குத் தோன்றியது. எனினும் இதற்கு முன் அவரைச் சந்தித்ததாக எனக்கு நினைவில்லை.

ஃபெலுடா அவரை நெருங்கினார். 'மன்னிக்கணும். நீங்கள் மிஸ்டர் சாட்டர்ஜிதானே?'

'இல்லை.' நான் இல்லை என்று பைப்பின் அடிப்பகுதியைப் பல்லால் கடித்தவாறே அவர் பதிலளித்தார்.

மிகவும் ஆச்சரியமுற்றதுபோல் ஃபெலுடா தோற்றமளித்தார். 'விசித்திரமாக இருக்கே! நீங்கள் சென்ட்ரல் ஓட்டலில்தானே தங்கியிருக்கிறீர்கள்?' என்று அவர் வினவினார்.

அந்த மனிதர் கொஞ்சம் வெறுப்புடன் சிரித்தார், 'இல்லை, நான் மௌண்ட் எவரெஸ்ட் ஓட்டலில் தங்கியிருக்கிறேன். எனக்குக் கூடப் பிறந்த சகோதரர்கள் என்று யாருமில்லை!' என்று கூறியவாறே தொலைநோக்கி மையத்தைப் பார்த்தவாறு அவர் நடந்து சென்றுவிட்டார்.

அவர் கையில் ஒரு பழுப்பு நிற பொட்டலம் இருந்ததை நான் பார்த்தேன். அதன் மேல் 'நேபாள் புராதன கலைப் பொருள்கள் கடை' என்று அச்சிடப்பட்டிருந்தது.

நான் மெதுவாகக் கிசுகிசுத்தேன், 'ஃபெலுடா! என்னுடைய முகமூடியைப் போலவே அவரும் வாங்கியிருப்பார் என்று நினைக்கிறீர்களா?'

'ஆமாம்! அப்படிக்கூட இருக்கலாம். ஆனாலும் இந்த முகமூடிகள் எல்லாம் உனக்கு மட்டும்தானா என்ன? அதிருக்கட்டும். போய் காபி சாப்பிடுவோம்.' நாங்கள் ஒரு காபி கடையை நோக்கித் திரும்பினோம். 'அந்த ஆளை உனக்கு அடையாளம் தெரிகிறதா?' என்று கேட்டார் ஃபெலுடா.

'உங்களாலேயே அவரைத் தெரிந்துகொள்ள முடியவில்லை என்றால், என்னால் எப்படி முடியும்?' என்று கேட்டேன்.

‘யார் சொன்னது என்னால் அடையாளம் காணமுடிய வில்லை என்று?’

‘நிச்சயமாக உங்களால் முடியவில்லைதான். அவரது பெயரைத் தப்பாகத்தானே கூறினீர்கள்?’

‘ஏன் இப்படி படு முட்டாளாக இருக்கிறாய்? அவர் தங்கி யிருக்கும் இடத்தை அறிந்து கொள்ளவேண்டும் என்பதற்காக வேண்டுமென்றே தான் நான் அப்படிக் கூறினேன். அவரது உண்மையான பெயர் என்னவென்று உனக்குத் தெரியுமா?’

‘தெரியாது. அவர் பெயர் என்ன?’

‘ப்ரபீர் மஜூம்தார்!’

‘ஆமாம், நீங்கள் சொன்னது சரிதான். ராஜன் பாபுவின் மகன் தானே? நேற்றுதான் அவருடைய புகைப்படத்தை நாம் பார்த்தோம். எங்கோ பார்த்ததுபோல் எனக்குத் தோன்றியதில் தவறில்லை. ஆனாலும் அவர் இப்போது வயதாகிவிட்டது போல இருக்கிறார்.’

‘இருந்தாலும் அப்பாவுக்கும் பிள்ளைக்கும் இடையே ஏராளமான ஒற்றுமைகள். அவரது உடைகளைக் கவனித்தாயா? லண்டனில் இருந்து கோட், பாரீஸிலிருந்து டை, இத்தாலியிலிருந்து காலணிகள் வாங்கப்பட்டிருக்க வேண்டும். சுருக்கமாகச் சொல்வதானால், மிகச் சமீபத்தில்தான் அவர் வெளிநாட்டிலிருந்து திரும்பியிருக்க வேண்டும்.’

‘அவரது சொந்த மகன் இந்த நகரத்திலேயே இருப்பது ராஜன் பாபுவுக்கே தெரியவில்லை என்றா சொல்கிறீர்கள்?’

‘அவரது மகனுக்கு, தனது தந்தை இங்கு வசிக்கிறார் என்பது தெரியாமல் இருக்கலாம். இதுபற்றி மேலும் விவரங்களைத் தெரிந்து கொள்ளவேண்டும்.’

காபி கடையின் மொட்டை மாடிக்குச் செல்லும்போது இந்த விஷயம் மேலும் சிக்கலாகிக் கொண்டே போகிறது. என்று எனக்குள் சொல்லிக் கொண்டேன். இங்கு அமர்ந்திருப் பதை நான் மிகவும் விரும்பினேன். இங்கிருந்து கடைத் தெருவையும் நகரத்தையும் ஒரு சேரக் கண்டுகளிக்கலாம்.

தின்கோரி பாபு மூலையிலிருந்த ஒரு மேஜையில் அமர்ந்து காபி குடித்துக் கொண்டிருந்தார். அவர் எங்களைப் பார்த்து கையசைத்து தன்னுடன் அமருமாறு அழைத்தார்.

'உங்களின் வலுவான கவனிக்கும் திறன், துப்பறியும் திறன் ஆகியவற்றுக்குப் பரிசாக, சூடாக இரண்டு கப் சாக்லெட் காபி வாங்கித் தருகிறேன். மறுக்கமாட்டீர்கள்தானே?' என்று கண்ணடித்துக் கூறினார் அவர். சாக்லெட் காபி என்றதும் வாயில் நீர் ஊற ஆரம்பித்துவிட்டது. தின்கோரி பாபு ஒரு வெயிட்டரை அழைத்து ஆர்டர் செய்தார். பின்னர் தனது கோட்டுப் பையிலிருந்து ஒரு புத்தகத்தை எடுத்து, ஃபெலுடாவிடம் கொடுத்தார்.

'இது உங்களுக்குத்தான். என்னிடம் ஒரே ஒரு பிரதிதான் இருந்தது. இது சமீபத்தில் நான் எழுதிய புத்தகம்.'

ஃபெலுடா அந்தப் புத்தகத்தின் மேலட்டையை உற்றுப் பார்த்தார். 'உங்கள் புத்தகமா? அதாவது 'சீக்ரெட் ஏஜெண்ட்' என்ற புனை பெயரில் எழுதுவது நீங்களா?' என்று ஆர்வத்துடன் கேட்டார் ஃபெலுடா. தின்கோரி பாபு கண்களை மூடியவாறே மெல்லிய புன்னகையோடு தலையசைத்தார். ஃபெலுடா மேலும் உற்சாகமடைந்தார். 'எனக்கு மிகவும் பிடித்த எழுத்தாளர் நீங்கள்! உங்களுடைய புத்தகங்கள் அனைத்தையும் நான் படித்திருக்கிறேன். நீங்கள் எழுதுவதுபோல் துப்பறியும் கதைகளை வேறு யாராலும் எழுத முடியாது!'

'மிக்க நன்றி. என்னுடைய அடுத்த நாவலுக்கான கதையைத் தேடியே நான் டார்ஜிலிங் வந்தேன். ஆனால், நிஜ வாழ்வில் நடந்த ஒரு மர்மத்தைக் கண்டுபிடிக்கவே நேரம் சரியாக இருக்கிறது.

'நான் மிகவும் பாக்கியசாலி என்றே கருதுகிறேன். உங்களை இப்படிச் சந்திப்பேன் என்று நான் நினைத்துக்கூடப் பார்த்த தில்லை!'

'எனக்குள்ள ஒரே வருத்தம் நான் கல்கத்தாவுக்குத் திரும்ப வேண்டியிருக்கிறது என்பதுதான். நான் நாளை திரும்பிச் செல்கிறேன். நான் போவதற்கு முன்னால் என்னால் ஆன உதவியை உங்களுக்குச் செய்ய முடியும் என்று நினைக் கிறேன்.'

'இதைக் கேட்க எனக்கு மிக்க மகிழ்ச்சியாக உள்ளது. அது போகட்டும். நாங்கள் இன்று ராஜன் பாபுவின் மகனைப் பார்த்தோம்!'

'என்னது?'

'பத்து நிமிடத்துக்கு முன்புதான்.'

'உங்களால் நிச்சயமாகச் சொல்ல முடியுமா? ஒழுங்காகப் பார்த்தீர்களா?'

'ஆமாம், நூறு சதவிகிதம் நிச்சயம் என்றே சொல்லலாம். நாம் செய்ய வேண்டியதெல்லாம் மௌண்ட் எவரெஸ்ட் ஓட்டலில் விசாரிக்க வேண்டியதுதான். அதன்பிறகு எந்தவிதச் சந்தேகமும் இருக்காது.'

திடீரென்று தின்கோரி பாபு பெருமூச்சு விட்டார். 'ராஜன் பாபு அவரது மகனைப் பற்றி உங்களிடம் ஏதாவது கூறினாரா?

'இல்லை, பெரிதாக எதுவும் கூறவில்லை.'

'நான் நிறையக் கேள்விப்பட்டேன். அவரது மகன் மோசமான ஆட்களுடன் பழகியதாகத் தெரிந்தது. தந்தையின் அலமாரியில் இருந்து பணத்தைத் திருடும்போது மாட்டிக் கொண்டான். ராஜன் பாபு அவனை வீட்டைவிட்டுப் போகும்படி கூறிவிட்டார். அந்தச் சம்பவத்துக்குப் பிறகு ப்ரபீர் வீட்டை விட்டு வெளியேறிவிட்டான். அதன் பிறகு, எந்தத் தகவலும் இல்லை. அப்போது அவனுக்கு 24 வயதிருக்கும். சில ஆண்டுகளுக்குப் பிறகு, தான் செய்ததை நினைத்து மனம் வருந்தி ராஜன் பாபு மகனைத் தேடத் தொடங்கினார். ஆனால் அவன் இருக்கும் அறிகுறியே தெரியவில்லை. சுமார் பத்து ஆண்டுகளுக்கு முன்னால் ராஜன் பாபுவின் நண்பர் ஒருவர், இங்கிலாந்தில் ஏதோ ஓர் இடத்தில் ப்ரபீரைப் பார்த்ததாகக் கூறினார். அவ்வளவுதான் அவனைப் பற்றித் தெரிய வந்தது.'

'அப்படியானால் இப்போது டார்ஜிலிங்கில் தனது மகன் இருக்கிறான் என்று ராஜன் பாபுவுக்குத் தெரியாது.'

'நான் உறுதியாகச் செல்கிறேன். அவருக்குத் தெரியாது. அவருக்குச் சொல்லவேண்டும் என்றும் எனக்குத் தோன்றவில்லை. அவர் ஏற்கெனவே ஓர் அதிர்ச்சியில் ஆழ்ந்திருக்கிறார். மற்று மொரு அதிர்ச்சி என்றால்...' தின்கோரி பாபு அப்படியே பேச்சை நிறுத்திவிட்டார். பிறகு அவர் ஃபெலுடாவை உற்றுப் பார்த்துவிட்டு, தலையைக் குலுக்கிக் கொண்டார். 'நான் பைத்தியமாகிக் கொண்டிருக்கிறேன் என்று நினைக்கிறேன்.

உண்மையைக் கூறுவதானால் மர்மக் கதைகளை எழுதுவதையே நான் விட்டுவிடவேண்டும்.'

ஃபெலுடா சிரித்தார். 'இந்தக் கடிதம் ப்ரபீர் மஜூம்தார் அனுப்பியதுதான் என்று இப்போதுதான் உங்களுக்குத் தோன்றியதா?'

'அதேதான். ஆனால்... எனக்குத் தெரியவில்லை...' தின்கோரி பாபு பேச்சை சட்டென்று நிறுத்தினார்.

வெயிட்டர் திரும்பி வந்து, சூடான சாக்லெட் காபியை எங்கள் முன்னால் வைத்தார். இது அவரை உற்சாகப் படுத்தியதோ என்னவோ தெரியவில்லை. 'டாக்டர் ஃபோனி மித்ரா எப்படி?' என்றார்.

'கடவுளே... நான் அங்குப் போனது உங்களுக்கு எப்படித் தெரிந்தது?'

'நீங்கள் போன பிறகு நான் அவரைப் பார்க்கச் சென்றிருந்தேன்.'

'நான் அவரது வீட்டைவிட்டு வெளியேறும்போது பார்த்தீர்களா?'

'இல்லை. அவரது வீட்டுத் தரையில் ஒரு சிகரெட் துண்டு இருந்ததைப் பார்த்தேன். அவர் புகைப்பிடிக்க மாட்டார் என்று எனக்குத் தெரியும். எனவே, வேறு யாராவது வந்திருந்தார்களா? என்று அவரிடம் கேட்டேன். ஆமாம் என்று அவர் கூறிய விவரத்தைக் கொண்டு அது நீங்கள்தான் என்பதை என்னால் ஊகிக்க முடிந்தது. ஆனால், நீங்கள் புகைபிடிப்பீர்களா என்று எனக்கு அப்போது தெரியாது. இப்போது உங்கள் மஞ்சள் படிந்த விரல் நுனிகளைப் பார்க்கும்போது எனக்கு உறுதியாகிவிட்டது.'

'நீங்கள் உண்மையிலேயே மிகவும் புத்திசாலி. நீங்களும் டாக்டர் மித்ராவைச் சந்தேகப்பட்டீர்களா? சொல்லுங்கள்!'

'ஆமாம், அவர் ஒன்றும் நம்பிக்கைக்கு உகந்தவராகத் தோன்றவில்லை. அப்படித்தானே?'

'நீங்கள் சொல்வது சரிதான். வேறு எவரையும்விட ராஜன் பாபு அவரிடம் ஆலோசனை கேட்பது எனக்கு வியப்பாக இருக்கிறது.'

'அதற்கும் ஒரு காரணம் உண்டு. ராஜன் பாபு டார்ஜிலிங்குக்கு வந்த பிறகு, அவர் திடீரென்று மதப்பற்று கொண்டவராக மாறினார். அந்த நேரத்தில் டாக்டர் மித்ராதான் அவருக்கு ஒரு குருவைக் காட்டினார். ஒரே குருவின் சீடர்கள் என்ற வகையில் அவர்கள் இப்போது சகோதரர்களைப்போல இருக்கிறார்கள்.'

'அப்படியா? சரி. டாக்டர் மித்ரா பயனுள்ளதாக ஏதாவது சொன்னாரா? நீங்க எதைப் பற்றிப் பேசினீங்க?'

'சும்மாதான் பேசிக்கிட்டிருந்தோம். உண்மையில் நான் அவரது ஷெல்ஃபில் இருந்த புத்தகங்களைப் பார்க்கத்தான் போயிருந்தேன். புத்தகங்கள் அதிகமில்லை. பார்த்தவரையில் எல்லாமே மிகப் பழையவை.'

'ஆமாம். நானும் அதைக் கவனித்தேன்.'

'சரியான எழுத்துருக்களைத் தேடித்தான் அவர் இத்தனை புத்தகங்களைச் சேகரித்திருப்பார். ஆனால் அப்படியில்லை என்பது எனக்கு உறுதியாயிற்று. மிகவும் சோம்பேறியான அவர் இந்த விஷயத்துக்காக அவ்வளவு சிரமப்பட்டிருக்க மாட்டார் என்றே தோன்றுகிறது.'

'நல்லது. டாக்டர் மித்ராவைப் பற்றி விஷயம் தெளிவாகிவிட்டது. மிஸ்டர். கோஷாலைப் பற்றி நீங்கள் என்ன நினைக்கிறீர்கள்?'

'அவரையும் நான் நம்பவில்லை. அவர் ஒரு மோசடிப் பேர்வழி. அவர் புராதனப் பொருள்களின் மீது ஆர்வமாக இருப்பதுபோல் நடிக்கிறார். ஆனால் உண்மையில் அவருடைய விருப்பம் இங்கே மலிவாகக் கிடைக்கும் பொருள்களை வாங்கி வெளிநாட்டவர்களுக்கு அதிக விலைக்கு விற்பதுதான் என்று நான் கருதுகிறேன்!'

'ஆனால் ராஜன் பாபுவுக்கு மிரட்டல் கடிதம் எழுதுவதற்கு ஏதேனும் காரணம் இருக்க முடியுமா?'

'நான் அதைப் பற்றி ஏதும் சிந்திக்கவில்லை.'

'நான் ஏதோ ஒரு விஷயத்தைக் கண்டுபிடித்துவிட்டதைப் போல் உணர்கிறேன்.'

ஃபெலுடாவை ஆச்சரியத்துடன் பார்த்தேன். கண்களில் மகிழ்ச்சி தெரிந்தது.

'நீங்க என்ன சொல்றீங்க?'

ஃபெலுடா தனது குரலைத் தாழ்த்திக்கொண்டு கூறினார்: 'அவர்கள் இருவரும் வழக்கமாகச் செல்கின்ற அந்தக் கடைக்கு இன்று மாலை புதிய பொருள்கள் வருகின்றன என்று நான் தெரிந்து கொண்டேன்.'

தின்கோரி பாபு உடனடியாகத் துள்ளிக் குதித்தார். 'அப்படியா? அப்படியா? இதுபோன்ற அச்சுறுத்தும் கடிதம் சில நாள்களுக்காவது ராஜன் பாபுவை வீட்டில் அடைத்து வைத்திருக்கும். இதற்கிடையே அபானி கோஷால் அங்கே சென்று எல்லாவற்றையும் அள்ளியிருப்பார்.'

'அதேதான்!'

தின்கோரி பாபு, சாக்லெட் காபிக்கான பணத்தைக் கொடுத்து விட்டு எழுந்தார். நாங்கள் ஒன்றாகவே வெளியே வந்தோம். எனது இதயம் மிக வேகமாகத் துடித்தது. அபானி கோஷால், ப்ரபீர் மஜூம்தார், டாக்டர் ஃபோனி மித்ரா. சந்தேகத்துக்குரிய மூன்று பேர். இதில் உண்மையான குற்றவாளி யார்?

தின்கோரி பாபு வீட்டுக்குத் திரும்பிச் சென்றார். ஃபெலுடாவும் நானும் மௌண்ட் எவரெஸ்ட் ஓட்டலுக்கு நடந்தோம். ப்ரபீர் மஜூம்தார் என்பவர் அந்த ஓட்டலில் ஐந்து நாள்களாகத் தங்கியிருப்பதை அவர்கள் உறுதி செய்தார்கள்.

மாலை நாங்கள் ராஜன் பாபுவைச் சென்று பார்ப்பதாக இருந்தது. எனினும் சுமார் 4 மணி அளவில் பலமாக மழை பொழியத் தொடங்கியது. அதனால் நாங்கள் அறைக்குள்ளேயே அடைந்திருக்க நேர்ந்தது. அந்த மாலை நேரம் முழுவதிலும் ஃபெலுடா தனது நோட்டில் எதையோ எழுதிக் கொண்டிருந்தார். அவர் என்ன எழுதுகிறார் என்பதை அறிந்து கொள்ள நான் துடியாய்த் துடித்தேன். ஆனாலும் அவரைக் கேட்கவில்லை. இறுதியில் தின்கோரி பாபு, ஃபெலுடாவுக்குக் கொடுத்த புத்தகத்தை எடுத்து படிக்கத் தொடங்கினேன். அது மிகவும் உற்சாகமூட்டுவதாக இருந்தது. ஒரு சில நிமிடங்களிலேயே ராஜன் பாபுவைப் பற்றிய சிந்தனைகள் அனைத்தும் என் மனத்தை விட்டு அகன்றுவிட்டன.

இரவு 8 மணி வாக்கில் மழை நின்றது. ஆனால் வெளியே கடுமையான குளிர். என் தந்தை நாங்கள் வெளியே செல்ல

அனுமதிக்க முடியாது என்று கண்டிப்பாகக் கூறி விட்டார். அடுத்த நாள் காலை ஃபெலுடா என்னை உலுக்கி எழுப்பினார். 'தொப்ஷே! எழுந்திரு சீக்கிரம்!'

'என்ன? என்ன இது?' நான் எழுந்து உட்கார்ந்தேன்.

பற்களைக் கடித்தவாறு ஃபெலுடா என் காதுகளில் முணு முணுத்தார். 'கொஞ்ச நேரத்துக்கு முன்னால் ராஜன் பாபுவின் நேபாளி வேலைக்காரன் இங்கே வந்திருந்தான். ராஜன் பாபு நம்மை அவசரமாகப் பார்க்க வேண்டும் என்று விரும்புவதாகக் கூறினான். நீ என்னோடு வருகிறாயா?'

'நிச்சயமா?'

நாங்கள் புறப்பட்ட இருபது நிமிடங்களுக்குள்ளேயே ராஜன் பாபுவின் வீட்டை அடைந்துவிட்டோம். அவர் படுக்கையில் படுத்திருந்ததைக் கண்டோம். முகமெல்லாம் வெளிர்ந்து, உருக்குலைந்தவராக இருந்தார். டாக்டர் மித்ரா அவரது பக்கத்தில் அமர்ந்து நாடி பார்த்துக் கொண்டிருந்தார். அவருக்கு முன்னால் தின்கோரி பாபு நின்றுகொண்டிருந்தார். அந்தக் குளிரிலும்கூட ஒரு கைவிசிறியைக் கொண்டு அவருக்கு விசிறிக் கொண்டிருந்தார்.

நாங்கள் உள்ளே நுழைந்தபோது, டாக்டர் மித்ரா அவரது கையை விடுவித்தார். மிகுந்த கஷ்டத்துடன் ராஜன் பாபு பேசினார்: 'நேற்று இரவு.. நள்ளிரவுக்குப் பிறகு.. நான் திடீரென்று விழித்துக்கொண்டேன். அப்போது... இந்த அறையில்... முகமூடி அணிந்த ஓர் உருவத்தை நான் பார்த்தேன். அந்த இரவை எப்படிக் கழித்தேன்... என்று என்னால் சொல்ல முடியாது.'

'ஏதாவது திருடு போயிருக்கிறதா?'

'இல்லை. ஆனால் அந்த உருவம் என்னை நோக்கிக் குனிந்தது. என் தலையணைக்குக் கீழே இருந்த சாவிக் கொத்தை எடுக்கத்தான் குனிந்திருக்கவேண்டும். அய்யோ...! பயங்கரம்... படு பயங்கரம்?'

'அமைதியாக இருங்கள்! நீங்கள் நன்றாகத் தூங்குவதற்கு உதவியாக நான் மருந்து கொடுக்கிறேன். உங்களுக்கு முழுமை யான ஓய்வு தேவை' என்று கூறியபடியே டாக்டர் எழுந்து கொண்டார்.

ஃபெலுடா திடீரென்று கேட்டார்: 'டாக்டர் மித்ரா! நேற்று இரவு நீங்கள் நோயாளி யாரையாவது பார்க்கப் போனீர்களா? உங்கள் மேல் சட்டையில் சேறாகத் தெளித்திருக்கிறது.'

'ஆமாம்!' என்று உடனடியாக ஒப்புக் கொண்டார் டாக்டர் மித்ரா. 'நேற்றிரவு நான் வெளியே போக வேண்டியிருந்தது. நோயாளிகளுக்காக எனது வாழ்க்கையை அர்ப்பணித்து விட்ட நிலையில், தேவைப்படும் போதெல்லாம் வெளியே செல்வதற்கு நான் மறுத்ததேயில்லை! மழையாக இருந்தாலும், வெயிலாக இருந்தாலும்.'

டாக்டர், தனது கட்டணத்தை வாங்கிக்கொண்டு கிளம்பினார். ராஜன் பாபு, தனது படுக்கையில் எழுந்து உட்கார்ந்தார். 'நீங்கள் இப்போது இங்கு வந்திருப்பதால் நான் மிகவும் நன்றாக இருப்பதாக உணர்கிறேன். பெருமளவுக்கு நான் நடுங்கிப் போனேன் என்று ஒப்புக்கொண்டுதான் ஆகவேண்டும். ஆனால் இப்போது என்னால் வரவேற்பறைக்குச் சென்று உட்கார முடியும் என்றே நினைக்கிறேன்.' ஃபெலுடாவும் தின்கோரி பாபுவும் அவர் எழுந்து நிற்க உதவினார்கள். நாங்கள் வரவேற்பறைக்கு வந்தோம்.

'எனது டிக்கெட்டை மாற்றுவதற்காக நான் ரயில்வே நிலையத்துக்கு ஃபோன் செய்தேன். நான் இன்று கிளம்புவதற்கு விரும்பவில்லை. ஆனால் இப்போது எனது டிக்கெட்டை நான் ரத்து செய்தால், இன்னும் பத்து நாளைக்கு எனக்கு டிக்கெட் தர இயலாது என்று சொல்லிவிட்டார்கள். எனவே, நான் போய்த்தான் ஆகவேண்டும்' என்று தின்கோரி பாபு சொன்னார். இது எனக்கு மிகுந்த மகிழ்ச்சியை அளித்தது. இந்த மர்மத்துக்கு ஃபெலுடா தனியாகவே தீர்வு காண வேண்டும் என்றே நான் விரும்பினேன்.

'நேற்று எனது வேலைக்காரன் என்னோடு இருந்திருக்க வேண்டும். ஆனால் நான்தான் அவனை விடுப்பு எடுத்துக் கொள்ளச் சொன்னேன். அவனது தந்தை மிகவும் நோய்வாய்ப்பட்டு இருக்கிறார். நேற்று இரவுதான் அவன் வீட்டுக்குச் சென்றான்' என்றார் ராஜன் பாபு.

'அந்த முகமூடி எப்படி இருந்தது?' ஃபெலுடா கேட்டார்.

‘அது சாதாரண முகமூடிதான். டார்ஜிலிங்கில் எங்கு போனாலும் கிடைக்கும். இந்த அறையிலேயே அதே போன்ற ஐந்து முகமூடிகள் உள்ளன. அதோ...! அங்கே பார்!’ அவர் சுட்டிக் காட்டிய முகமூடி நேற்று ஃபெலுடா எனக்காக வாங்கிய முகமூடியைப் போலவே அச்சு அசலாக இருந்தது.

தின்கோரி பாபு மீண்டும் பேச்சைத் தொடர்ந்தார். ‘போலீஸுக்குத் தகவல் சொல்லிவிடவேண்டும் என்றே நான் நினைக்கிறேன். இதை ஒரு வேடிக்கையான விஷயமாக நாம் இனிமேலும் எடுத்துக்கொள்ள முடியாது. ராஜன் பாபுவுக்குப் பாதுகாப்பு தேவை. ஃபெலு, பாபு! நீங்கள் உங்கள் விசாரணையைத் தொடர்ந்து நடத்துங்கள். யாரும் ஆட்சேபிக்க மாட்டார்கள். என்ன நடந்தது என்று போலீஸுக்குத் தெரிவிக்கவேண்டும் என்றே நான் கருதுகிறேன். நான் இப்போதே போலீஸ் ஸ்டேஷனுக்குப் போகிறேன். ராஜன் பாபு! உங்கள் உயிருக்கு எவ்வித ஆபத்தும் இல்லை என்றே நான் நினைக்கிறேன். எனினும் அந்த திபெத் மணியின் மீது ஒரு கண் வைத்திருங்கள்!’

நாங்களும் விடைபெறுவது என்று முடிவு செய்தோம். எனினும் நாங்கள் புறப்படுவதற்கு முன்பு ஃபெலுடா சொன்னார்: ‘தின்கோரி பாபு இன்று ஊருக்குச் சென்று விடுவதால் அந்த அறை காலியாகத்தான் இருக்கும். இன்று இரவு அந்த அறையில் நாங்கள் வந்து தங்குவதில் உங்களுக்கு ஆட்சேபணை ஏதும் இல்லையே?’

‘இல்லையில்லை. நான் ஏன் ஆட்சேபிக்க வேண்டும்? நீ என் மகனைப்போல. அது எனக்கு மகிழ்ச்சியாகத்தான் இருக்கும். உண்மையைச் சொல்வதானால் நான் கொஞ்சம் பயப்படத் தொடங்கியிருக்கிறேன். இளமையில் பயமறியாது துணிச்சலோடு ஆடித் திரிந்தவர்கள் தங்களது முதுமைக் காலத்தில் மென்மையாகிப் போவது இயற்கைதான்! என் விஷயத்திலும் அதுதான் நடந்திருக்கிறது!’

‘நான் வந்து உங்களை ஸ்டேஷனில் வழியனுப்பி வைக்கிறேன்’ என்று ஃபெலுடா தின்கோரி பாபுவிடம் கூறினார்.

கலைப் பொருள் கடையைக் கடந்துதான் வந்தோம். எங்கள் இருவராலுமே அந்தக் கடைக்குள் நோட்டம் விடாமல் இருக்க

முடியவில்லை. இரண்டு பேர் அங்கே பேசிக்கொண்டே பொருள்களைப் பார்த்துக் கொண்டிருந்தார்கள். அவ்வளவு நெருக்கமாக அவர்கள் பேசிக் கொண்டிருப்பதைப் பார்க்கும் போது, நீண்ட நாள்களாகவே அவர்கள் ஒருவருக்கொருவர் அறிமுகமானவர்கள் என்பதாகவே தோன்றியது. அவர்களில் ஒருவர் அபானி கோஷால். மற்றொருவர் ப்ரபீர் மஜூம்தார். நான் ஃபெலுடாவை ஏறிட்டுப் பார்த்தேன். அவர் ஒன்றும் இதைப் பார்த்து ஆச்சரியப்படவில்லை.

தின்கோரி பாபுவை வழியனுப்பி வைப்பதற்காக நாங்கள் பத்தரை மணிக்கு ஸ்டேஷனுக்குச் சென்றோம். அடுத்த ஐந்து நிமிடங்களில் அவரும் வந்து சேர்ந்தார். 'மலையேறி வந்ததால் எனது கால்கள் வலிக்கின்றன' என்றார் அவர். அவர் கொஞ்சம் நொண்டிக்கொண்டு வருவதை நான் அப்போதுதான் கவனித் தேன். 'இதை வாங்குவதிலும் சிறிது நேரமாகிவிட்டது. ராஜன் பாபு அந்தப் புராதனப் பொருள்கள் கடைக்குப் போக முடியாது என்று எனக்குத் தெரியும். ஆனால் நேற்று அவர்களிடம் மிக நல்ல பொருள்கள் வந்திருந்தன. இன்று காலை அவருக்காக ஒரு பொருளைத் தேர்ந்தெடுந்தேன். எனது நல்வாழ்த்துகளுடன் இதை அவரிடம் கொடுத்து விடுகிறீர்களா?'

'நிச்சயமாக' என்று கூறியவாறே ஃபெலுடா அவரிடமிருந்து பழுப்பு நிற பார்சல் ஒன்றை வாங்கிக் கொண்டார். ஒரு விஷயம் உங்களிடம் கேட்கவேண்டும். இந்த மர்மத்தை நான் கண்டுபிடித்துவிட்டால், அதுபற்றி உங்களுக்குச் சொல்ல விரும்புகிறேன். உங்கள் முகவரியை தயவுசெய்து எனககுத் தருகிறீர்களா?'

'எனது புத்தகத்தில் பதிப்பாளரின் முகவரி உள்ளது. எனக்கு எழுதப்படும் கடிதங்கள் அனைத்தையும் அவர் எனக்கு அனுப்பி வைத்து விடுவார். வருகிறேன். உங்களுக்கு என் நல்லாசிகள்' என்று கூறிக்கொண்டே நீலநிற முதல் வகுப்புப் பெட்டியில் ஏறிக்கொண்டார். ரயிலும் புறப்பட்டுச் சென்றது.

'இவர் மட்டும் வெளிநாட்டில் இருந்திருந்தால் பேரும் புகழும் கிடைத்திருக்கும். க்ரைம் கதைகள் எழுதுவதில் விற்பன்னர்' என்று ஃபெலுடா சொன்னார்.

ரயில்வே ஸ்டேஷனிலிருந்து நாங்கள் தங்கி இருந்த ஓட்டலுக்குத் திரும்பினோம். ஃபெலுடா மீண்டும் வெளியே கிளம்பினார். ஆனால் இந்த முறை அவரோடு என்னையும் அழைத்துச் செல்ல மறுத்துவிட்டார். அவர் திரும்பி வந்தபிறகு இரவு தங்குவதற்காக ராஜன் பாபுவின் வீட்டுக்குக் கிளம்பினோம். அப்போது அவரிடம் கேட்டேன். 'இன்று முழுக்க எங்கு இருந்தீர்கள் என்றாவது சொல்லலாம் இல்லையா?'

'நான் பல இடங்களுக்குப் போயிருந்தேன். இரண்டு முறை மௌண்ட் எவரெஸ்ட் ஓட்டலுக்கு, ஒருமுறை டாக்டர் மித்ராவின் வீட்டுக்கு, பின்பு கலைப் பொருள்கள் விற்கும் கடைக்கு, நூலகத்துக்கு, அது போக வேறு சில இடங்களுக்குச் சென்றிருந்தேன்.'

'அப்படியா?'

'வேறேதாவது உனக்குத் தெரிந்து கொள்ள விருப்பமா?'

'உண்மையான குற்றவாளி யார் என்பதை ஊகிக்க முடிந்ததா?'

'அதை வெளிப்படுத்துவதற்கான நேரம் இன்னும் வரவில்லை.'

'நீங்கள் யாரை அதிகம் சந்தேகப்படுகிறீர்கள்?'

'நான் எல்லோரையும்தான் சந்தேகப்படுகிறேன். உன்னையும் சேர்த்துத்தான்.'

'நானா?'

'ஆமாம்.. முகமூடி வைத்திருக்கும் அனைவருமே சந்தேகத்துக்கு உரியவர்கள்தான்!'

'உண்மையாகவா? அப்படியானால் அந்தப் பட்டியலில் உங்கள் பெயரை ஏன் சேர்க்கவில்லை?'

'ஏதாவது உளறாதே!'

'நானொன்றும் அப்படிப் பேசவில்லை. ராஜன் பாபுவை உங்களுக்குத் தெரியும் என்று எனக்குச் சொல்லவேயில்லை. என்னிடம் நீங்கள் வெளிப்படையாக நடந்து கொள்ளவில்லை. நீங்கள் கூடத்தான் அந்த முகமூடியைப் பயன்படுத்தி இருக்கலாம். நானொன்றும் அதை ஒளித்து வைக்கவில்லையே!'

'வாயை மூடு! வாயை மூடு!'

ராஜன் பாபுவின் இல்லத்துக்கு நாங்கள் வந்து சேர்ந்தபோது, அவர் பெருமளவுக்குத் தேறியிருந்தார். எனினும் அவரிடம் லேசான பதற்றம் இருந்தது. 'காலை நேரத்தில் நான் நன்றாகவே இருந்தேன். ஆனால் இப்போது இருட்டத் தொடங்கியவுடன் மீண்டும் பதற்றமாக உணர்கிறேன்' என்றார் அவர்.

தின்கோரி பாபு கொடுத்த பொட்டலத்தை ஃபெலுடா அவரிடம் கொடுத்தார். ராஜன் பாபு அதை உடனடியாகப் பிரித்தார். உள்ளே அழகானதொரு புத்தர் சிலை. அதைப் பார்த்த கணத்திலேயே அவர் கண்களில் நீர் வழியத் தொடங்கியது.

'போலீஸ் வந்து விசாரித்தார்களா?' என்று கேட்டார் ஃபெலுடா.

'ஆமாம். ஆயிரம் கேள்விகள் கேட்டார்கள். அவர்களால் எதையாவது கண்டுபிடிக்க முடியுமா என்பது கடவுளுக்குத்தான் வெளிச்சம். ஆனால் குறைந்தபட்சம் இரவு நேரத்தில் வீட்டுக்கு முன்னால் யாராவது ஒருவரைக் காவலுக்கு நிறுத்தி வைக்க அவர்கள் ஒப்புக்கொண்டார்கள். ஒரு வகையில் அது ஒரு பெரிய நிம்மதிதான். உண்மையில் ஓட்டலுக்குத் திரும்பிச் செல்லவேண்டும் என்று விரும்பினால் நீங்கள் தாராளமாகச் செல்லலாம்.'

'இல்லை. நீங்கள் மறுக்கவில்லையென்றால் நாங்கள் இங்கேயே தங்குகிறோம். எங்கள் ஓட்டலில் ஒரே இரைச்சலாக இருக்கிறது. இந்த விஷயத்தைப் பற்றி யோசிப்பதற்கு எனக்கு அமைதி தேவைப்படுகிறது.'

ராஜன் பாபு சிரித்தார். 'நிச்சயமாக நீங்கள் இங்கே தங்கலாம். உங்களுக்கு வேண்டிய அமைதி இங்கே கிடைக்கும். நல்ல உணவும் கிடைக்கும் என்று உறுதியளிக்கிறேன். அந்த நேபாளி வேலைக்காரன் மிகச் சிறந்த சமையல்காரன். அவனது சிறப்புத் தயாரிப்பான கோழிக் கறியைச் செய்யச் சொல்லியிருக்கிறேன். நிச்சயமாகச் சொல்கிறேன். அவனது உணவில் பாதி அளவுகூட உங்கள் ஓட்டல் உணவு சிறப்பாக இருக்காது!'

எங்களை அறைக்கு அழைத்துச் சென்றார். ஃபெலுடா தனது படுக்கையில் படுத்தவாறே சிகரெட் ஒன்றைப்

பற்றவைத்துக் கொண்டார். அந்தப் புகையில் வரிசையாக ஐந்து வளையங்களை ஊதித் தள்ளுவதை நான் பார்த்துக் கொண்டிருந்தேன். அவரது கண்கள் லேசாக மூடிக் கொண்டிருந்தன. ஓரிரு நொடிகள் அமைதிக்குப் பிறகு ஃபெலுடா சொன்னார்: 'டாக்டர் மித்ரா, நேற்றிரவு ஒரு நோயாளியைப் பார்ப்பதற்கு வெளியே சென்றார். இன்று காலை அதைக் கண்டுபிடித்தேன். வண்டிச்சாலையில் வசிக்கும் ஒரு பணக்கார வியாபாரியின் வீட்டுக்குத்தான் அவர் போயிருக்கிறார். நோயாளியுடன் இரவு பதினொன்றரை மணி முதல் பன்னிரண்டரை மணிவரை இருந்திருக்கிறார்.'

'அப்படியானால் சந்தேகப் பட்டியலிலிருந்து அவர் முற்றிலுமாக நீக்கப்படுகிறாரா என்ன?'

ஃபெலுடா எனது கேள்விக்குப் பதிலளிக்க வில்லை. மாறாக, 'ப்ரபீர் மஜூம்தார் நீண்ட நாள்களாக வெளிநாட்டிலேயே வசித்து வந்திருக்கிறார். அவரிடம் ஏராளமாகப் பணம் இருக்கிறது. எனவே அவர் திடீரென்று இங்கு வந்திறங்கி, அவரது தந்தையை அச்சுறுத்த வேண்டிய அவசியம் என்ன என்று எனக்குப் புரிய வில்லை. உண்மையில் இதனால் அவருக்குக் கிடைக்கும் ஆதாயம் என்பது மிகக் குறைவுதான். இங்கு நடைபெறும் குதிரைப் பந்தயத்திலும்கூட சமீபத்தில் அவர் பணம் சம்பாதித்தார் என்று கேள்விப்பட்டேன்' என்று அவர் கூறினார்.

நான் மூச்சை அடக்கிக் கொண்டேன். ஃபெலுடா இன்னும் தன் பேச்சை முடிக்கவில்லை என்பது நன்றாகத் தெரிந்தது. நான் நினைத்தது சரிதான். ஃபெலுடா, தன் கையிலிருந்த சிகரெட்டை அணைத்துவிட்டுத் தொடர்ந்தார்.

'மிஸ்டர் கில்மோர் தனது தேயிலைத் தோட்டத்திலிருந்து டார்ஜிலிங்குக்கு வருபவர். தோட்ட முதலாளிகள் க்ளப்பில் நான் அவரைச் சந்தித்தேன். தலாய் லாமாவின் அரண் மனையிலிருந்து வெளியே வந்தது ஒரே ஒரு திபெத்திய மணிதான். அதுவும் அவரிடம் இருப்பதாகச் சொன்னார். ராஜன் பாபுவிடம் இருப்பது போலியான ஒன்று. அபானி கோஷாலுக்கும் அது தெரியும்.'

'அப்படியானால் நாம் இங்கே பார்த்த மணி அவ்வளவு விலை உயர்வானது கிடையாது என்று சொல்கிறீர்களா?'

'இல்லை. அது போக நேற்றிரவு ஒன்பது மணியிலிருந்து, அதிகாலை மூன்று மணி வரை அபானி கோஷாலும் ப்ரபீர் மஜும்தாரும் ஒரு பார்ட்டியில் ஒன்றாகவே இருந்திருக்கிறார்கள். இருவரும் நன்றாகக் குடித்திருந்தார்கள் என்று நினைக்கிறேன்.'

'முகமூடி அணிந்த மனிதன் நள்ளிரவுக்குப் பிறகுதான் இங்கு வந்தான். அப்படித்தானே?'

'ஆமாம்!'

நான் கொஞ்சம் விசித்திரமாக உணர்ந்தேன். 'அப்படியானால் நீங்கள் சந்தேகப்படுவது யாரை?'

ஃபெலுடா பதிலேதும் அளிக்கவில்லை. அவர் பெருமூச்சு விட்டுக்கொண்டே எழுந்து நின்றார். 'வரவேற்பறைக்குப் போகிறேன். என்னைத் தொந்தரவு செய்யாதே' என்று கூறிச் சென்றார்.

அவர் வெளியே சென்றதும் கட்டிலில் அவரது இடத்தில் சென்றமர்ந்தேன். இருள் கவியத் தொடங்கியிருந்தது. எழுந்து சென்று விளக்குகளை எரியவிடவும் சோம்பேறித்தனமாக இருந்தது. திறந்திருந்த ஜன்னல் வழியாகத் தூரத்தில் தொலை நோக்கி மையத்தில் எரிந்து கொண்டிருந்த விளக்குகளைப் பார்க்க முடிந்தது. கடைத்தெருவில் சத்தம் அடங்கியிருந்தது. சிறிது நேரத்துக்குப் பிறகு குதிரைக் குளம்படி ஒலியை நான் கேட்டேன். அது கொஞ்சம் கொஞ்சமாகப் பெரிதாகி, பின்னர் மெதுவாக மறைந்து போனது.

விரைவிலேயே கும்மிருட்டு கவியத் தொடங்கியது. மலையும் வீடுகளும்கூட இப்போது கண்ணுக்குத் தென்படாமல் மறைந்து விட்டன. பனி மூட்டம் மீண்டும் எழும்புகிறதோ என்னவோ! மெதுவாக உறக்கம் என்னைத் தழுவத் தொடங்கியது. என் கண்கள் மூடத் தொடங்கிய அந்தக் கணத்தில்தான், அந்த அறைக்குள் வேறு யாரோ இருப்பதை உணர்ந்தேன். எனக்கு ரத்தம் உறைந்து போய்விட்டது. கதவிருந்த திசையைப் பார்க்கக் கூட அஞ்சிய நான், என் பார்வை முழுவதையும் ஜன்னல் மீதே வைத்திருந்தேன். அந்த மனிதன், கட்டிலை நெருங்கி வருவதை என்னால் உணர முடிந்தது. இப்போது அவன் என் பக்கத்தில் வந்து நின்றுகொண்டு, என்னிடம் குனிந்தான். அசைவற்றுப் போன நிலையில் அவனது முகம் எனக்கு

நெருக்கமாக வருவதைப் பார்த்தேன். எவ்வளவு கோரமாக இருக்கிறது அவன் முகம். இல்லையில்லை. அது முகமூடி! ஆம். அவன் முகமூடி அணிந்திருந்தான்.

அலறுவதற்காக நான் வாயைத் திறந்தேன். கண்ணுக்குத் தெரியாத கரம் ஒன்று முகமூடியை அகற்றியது. எனது அலறல் சத்தம், அதிர்ச்சி நிறைந்த விம்மலாக மாறியது. 'ஃபெலுடா! அடக் கடவுளே! நீங்கள்தானா?'

'என்ன தூங்கிட்டியா? நான்தான். யாருன்னு நினைச்சே?' ஃபெலுடா சிரிக்கத் தொடங்கினார். விரைவிலேயே அது கவலையாக மாறியது. பிறகு அவர் என் பக்கத்தில் வந்து அமர்ந்துகொண்டு கூறினார்.

'வரவேற்பறையில் இருந்த அத்தனை முகமூடிகளையும் நான் ஒவ்வொன்றாகப் போட்டுப் பார்த்தேன். இதை ஒரு நொடி போட்டுப் பாரேன்' என்றவாறே அந்த முக மூடியை என்னிடம் தந்தார். நானும் அதைப் போட்டுக்கொண்டேன்.

'வித்தியாசமாக ஏதாவது உனக்குத் தெரிகிறதா?'

'அப்படி ஏதுமில்லையே! இது எனக்கு மிகவும் பெரிதாக இருக்கிறது. அவ்வளவு தான்!'

'நல்லா யோசிச்சுப் பாரு! அதில் ஏதாவது வித்தியாசமாக உன்னால் உணர முடிகிறதா?'

'ஆமா... கொஞ்சம் மெல்லிசா ஒரு வாசனை வருதுன்னு நினைக்கிறேன்.'

'என்ன வாசனை?'

'சுருட்டு?'

'சரியாகச் சொன்னாய்!'

ஃபெலுடா முகமூடியைக் கழற்றினார். எனது இதயம் வேக மாகத் துடித்தது.

'தி... தி... தின்கோரி பாபு?' என்று நான் தட்டுத் தடுமாறியவாறே கேட்டேன்.

ஃபெலுடா பெருமூச்சு ஒன்றை வெளியிட்டு விட்டு பதிலளித்தார். 'ஆமாம். அப்படித்தான் நான் நினைக்கிறேன்.

இது அவருக்கு மிகவும் எளிதாக இருந்திருக்கும். அனைத்து விதமான அச்சுப் பொருள்களும் அவரிடம் இருந்தன. இன்று காலையில் அவர் நொண்டிக் கொண்டு வந்ததை நீ பார்த்திருக்கலாம். நேற்றிரவு ஜன்னலிலிருந்து வெளியே குதித்ததன் விளைவாகக்கூட அது இருக்கலாம். ஆனால் என்னால் முற்றிலும் புரிந்துகொள்ள முடியாதது ஒன்றுதான். அவரது நோக்கம் என்ன? அவர் ராஜன் பாபுவை மிகவும் மதிப்பதாகவே தோன்றியது. அப்படியானால் இவ்வாறு ஏன் செய்யவேண்டும்? எதற்காக? இதற்கான விடை நமக்குத் தெரியாமலேகூட போகலாம்!'

அந்த இரவு வேறெந்த வியப்புமின்றி அமைதியாகக் கழிந்தது. காலையில் ராஜன் பாபுவுடன் நாங்கள் சிற்றுண்டி அருந்த உட்கார்ந்தோம். அவரது நேபாளி வேலைக்காரன் ஒரு கடிதத்தைக் கொண்டுவந்து கொடுத்தான். மீண்டும் அதே நீல நிற கவர். டார்ஜிலிங் போஸ்ட் ஆபீஸ் முத்திரை.

ராஜன் பாபுவின் முகம் வெளிறியது. நடுங்கும் கைகளுடன் அந்தக் கடிதத்தை அவர் ஃபெலுடாவிடம் கொடுத்தார். 'இதைப் படியுங்கள்' என்று மெல்லிய குரலில் அவர் கூறினார்.

ஃபெலுடா கடிதத்தை உரக்கப் படித்தார். இதுதான் அதிலிருந்த செய்தி.

அன்புள்ள ராஜு,

டார்ஜிலிங்கில் உனக்கு வீடிருக்கிறது என்று ஞானேஷ் சொன்னான். கல்கத்தாவிலிருந்து முதன் முதலில் நான் உனக்குக் கடிதம் எழுதியபோது, நீ யாரென்றே எனக்குத் தெரியாது. ஆனால் கணப்பு மேடையின்மேல் வைக்கப்பட்டிருந்த உனது சிறு வயது படம்தான் உன்னை எனக்கு அடையாளம் காட்டியது. ஐம்பது ஆண்டுகளுக்கு முன்னால் பங்குராவில் கிறிஸ்துவப் பள்ளியில் எனது வகுப்புத் தோழனாக இருந்தவன்தான் நீ என்பதை அந்தப்படம் எனக்கு விளக்கியது.

இத்தனை ஆண்டுகளுக்குப் பிறகும்கூட பழிவாங்கும் உணர்ச்சி தலை தூக்குமா என்று எனக்குத் தெரியாது. நமது விளையாட்டு விழாவின்போது, 100 மீட்டர் ஓட்டப் பந்தயத்தில்,

நீ எட்டி உதைத்துக் காயப்படுத்திய சிறுவன்தான் நான். அப்போட்டியில் சாதனை படைத்து மெடல் வாங்கமுடியாமல் போனது. தவிரவும் எனக்குப் பலமான காயத்தையும் நீ ஏற்படுத்திவிட்டாய். இந்தச் சம்பவம் நடந்து முடிந்த ஒரு சில நாள்களிலேயே துரதிர்ஷ்டவசமாக எனது தந்தைக்கு வேறொரு நகருக்கு மாற்றலாகிவிட்டது. அதனால் அப்போதே உனக்குப் பதிலடி கொடுக்க முடியாமல் போய்விட்டது. அது மட்டுமல்ல. உடல் அளவிலும் மனத்தளவிலும் எந்த அளவுக்குக் காயப்படுத்தினாய் என்பதை நீ தெரிந்து கொள்வதற்கும் வாய்ப்பில்லாமல் போய்விட்டது. நான் கால்கட்டுடன் மூன்று மாதங்கள் ஆஸ்பத்திரியில் படுத்துக் கிடந்தேன்.

இங்கே டார்ஜிலிங்கில் வசதியாகவும் அமைதியாகவும் நீ வாழ்க்கையைக் கழித்துக் கொண்டிருப்பதைப் பார்த்தபோது, சிறிது காலமாவது உனது அமைதியைக் குலைத்து, உன்னைக் கவலையில் ஆழ்த்தும் வகையில் ஏதாவது செய்யவேண்டும் என்ற எண்ணம் எனக்குத் திடீரென்று தோன்றியது. உனது கடந்த கால பாவங்களுக்குத் தண்டனை அளித்து, பழிக்குப் பழிவாங்க விரும்பினேன்.

வாழ்த்துகளுடன்

உன் அன்புள்ள

தினு

(தின்கோரி முகோபாத்யாயா)

உன் பாவங்களுக்கு

விலை கொடுக்கத் தயாராக

இரு!

ரேயின் உலகப்புகழ் பெற்ற 20 சிறுவர் கதைத் தொகுப்புகள்

- டார்ஜீலிங்கில் ஓர் அபாயம்
- மகாராஜாவின் மோதிரம்
- கைலாஷ் சௌதுரியின் ரத்தினக்கல்
- அனுபிஸ் மர்மம்
- கேங்டாக்கில் வந்த கஷ்டம்
- தங்கக் கோட்டை
- கல்கா மெயிலில் நடந்த சம்பவம்
- கைலாஷில் ஒரு கொலையாளி
- சாவி
- வங்கப்புலி மர்மம்
- பூட்டிய பணப்பெட்டி
- பிள்ளையாருக்குப் பின்னே ஒரு மர்மம்
- பம்பாய் கொள்ளையர்கள்
- பிணம் நடந்த மர்மம்
- கல்லறை ரகசியம்
- தேவியின் சாபம்
- மரண வீடு
- மர்மமான ஒரு குடித்தனக்காரர்
- காத்மாண்டு கொள்ளையர்கள்
- நெப்போலியனின் கடிதம்

www.ingramcontent.com/pod-product-compliance
Lightning Source LLC
LaVergne TN
LVHW040834051026
849519LV00007BB/2845
* 9 7 8 9 3 8 2 8 2 6 7 3 6 *